SINO ANG DAKILA? SINO ANG TUNAY NA BALIW?

Sino Ang Dakila? Sino Ang Tunay Na Baliw?

PUTTING MENTAL HEALTH IN PROPER PERSPECTIVE

Amelia De Chavez Pagdanganan

Lolakwentosera Book Publishing

Thank you for Purchasing!

HERE IS YOUR DOWNLOAD LINK:

tinyurl.com/lolakwentoserasinoangbaliw

OR SCAN QR

Please do not share the given link.
The link contains your FREE DOWNLOADS

This book helps me greatly in how I perform as a mother
and as a leader, without getting crazy in the process.

Princess V. Velasquez
School Administrator

"We all have different stories and traumas na binaon natin
sa baul dahil nakakahiyang pag-usapan and by reading
this book, we will learn that by placing our painful
experiences and hurts to God's mighty hands, we will come
to understand that He had a purpose, everything happened
because of His purpose."

Tutor Lala P. Cobar
Owner, Nanay Bebot's Tutorial center

Question? Email Us | info@lolakwentosera.com

To the loves of my life, Henry, Henri, and Hendrix,
I thank God everyday for you.
You are the inspiration behind this book.
I love you.

MENU

2017 was a difficult year for me. My job as School President took a toll on me that I developed panic attacks, extreme acid reflux, and hyperventilation. Gumigising ako sa umaga na walang ganang pumasok sa trabaho at maisip ko pa lang na nasa opisina ako ay nakapapagod na. I was so depressed to the point that I imagined crashing my car while driving along EDSA off to work just to escape the feeling of extreme anxiety. What's worse is that my daughter was with me on the passenger seat as I was having thoughts of suicide.

> **"SUICIDE SUCCEEDS WITH THE COMBINATION OF THESE THREE ELEMENTS: OVERWHELMING REASON, MEANS, AND WILL POWER."**

That's when I had my wake up call. It's been a long time since I first had thoughts of suicide. Yes, I'm one of those who welcome the thoughts of killing or hurting myself as a way of escaping from my problems.

Some of you reading this would say, "Sus, easy problem. Just quit your job!" The same thought entered my mind, but the truth is, I'm very lucky with the boss that I have and the company that I'm with. I was struggling simply because I had to face a work fight that I couldn't back out from no matter what.

I also knew that my work battles were temporary, I just had to toughen myself up. Still, the thoughts of suicide were very persistent.

Fortunately, in my case, kahit mayroon akong overwhelming reason and means, wala naman akong WILL POWER to harm myself. Alam ko kasi deep within me that having thoughts of suicide DOES NOT always mean I'm CLINICALLY INSANE. I am just simply experiencing an episode of MENTAL BREAKDOWN.

Sa tuwing nangyayari ito sa akin, I know that I just need a powerful wake up call to pull me out of my dark thoughts.

My personal wake up call did not come like a bolt of lightning. It came slowly, intertwining with my daily struggles until a **Powerful Force** intervened not to squash away my struggles, but to give me strength to continue and rise above the pain and hurt that I was feeling.

After the storms had passed, I found myself wondering, *"Ako lang ba ito? Ako lang ba ang nakararanas ng ganitong pakiramdam?"* For sure maraming mga taong dumaranas ng mental breakdown pero hindi lang nagsasalita at nagpahahalata. Minsan nga ni hindi sila aware that they are having one. That's when I started to learn more about mental health not just for myself and the people around me, but also for the students whom I serve.

My goal is to bring mental health awareness to common people (masa) especially those who are not open into consulting with a psychiatrist or psychologist, let alone those who can't afford to see one. Medicines and doctors are helpful but they are not the only first line of defense available. Marami kang pwedeng gawin at ni hindi mo kailangang gumastos ng kahit isang sentimo para panatilihing malusog ang iyong pag-iisip.

My hope and prayer is for this book to help you (especially if you are experiencing mental health crisis) understand that **YOU ARE NOT ALONE, and TOGETHER, we can FIGHT this battle. Tara, let's turn our mental breakdowns to mental breakthroughs.**

Para sa mga taong dumaranas ng mental breakdown, hindi tayo ABNORMAL. Oo tinotopak ang utak natin, pero sino bang walang topak?

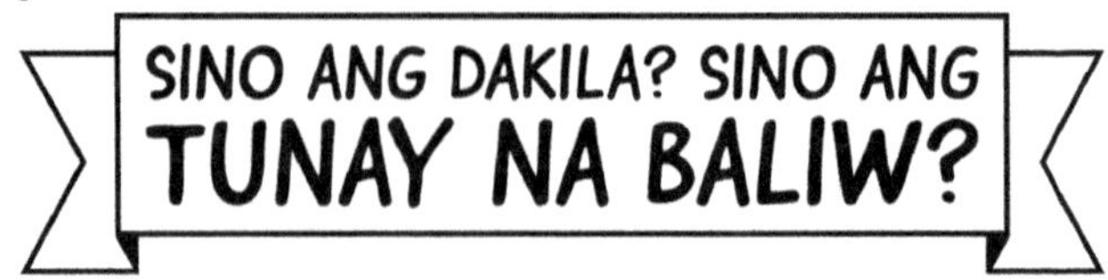

INTRODUCTION

♫ Sino Ang Tunay Na Baliw[1] ♪
Kuh Ledesma

Malamang hindi na alam ng young millennials ang kantang ito ni Kuh Ledesma. Malamang din, hindi na nila kilala kung sino si Kuh Ledesma. Sus, madali namang solusyunan yan sa panahon ngayon, i-google at i-youtube ninyo lang and voila! Alam ninyo na!

Nonetheless, napakaganda ng mensahe ng kantang ito. Pasok na pasok sa pag-uusapan natin sa kabuuan ng librong ito.

Pero teka bago ka ma-LSS (last song syndrome) tara sabay-sabay muna nating tulain ang spoken-word poetry na isinulat ni Lolakwentosera bilang interpretation ng kanta ni Kuh Ledesma.

Baliw ang tawag sa taong ang turnilyo
sa utak ay maluwag.
Aariin ang langit at dagat,
yayamaning matatawag.

Meron namang taong nasa tamang
wisyo.
Kumita ng salapi ang tanging bisyo.
Pero maraming buhay ang ginupo
Kapalit ng perang may dugo.

May isa namang baliw, ang kanta ay walang
kabuluhan.
Maiinis ka na lang sa taglay na kalutangan.
Yung isang matino, ang liriko'y makahulugan.
Akala mo ma'y Diyos, ubod ng bulaan naman.

Nakalilito, nakahihilo...sino ang tunay na
baliw at sino ang dakilang totoo?
Sinong dapat kaawaan, sinong masarap iwan
sa kalawakan?

Hindi na makilala ng baliw ang kanyang
sarili, walang ayos, at sobrang dumi.
Parang isip lang niyang tila basag-basag,
kaya pangarap ay naging wasak-wasak.

Meron namang taong pustura ang itsura, kala
mo sino kung mamihis at umasta.
Pero hubaran mo ng damit, puro kalaswaan
ang bitbit.

Sa sayaw ng baliw tayo ay naaliw.
Sa ating paningin, sila'y basang sisiw.
Pero kung sabay-sabay tayong haharap sa
Maykapal
Sino kaya ang baliw at sino ang tunay na
kupal?

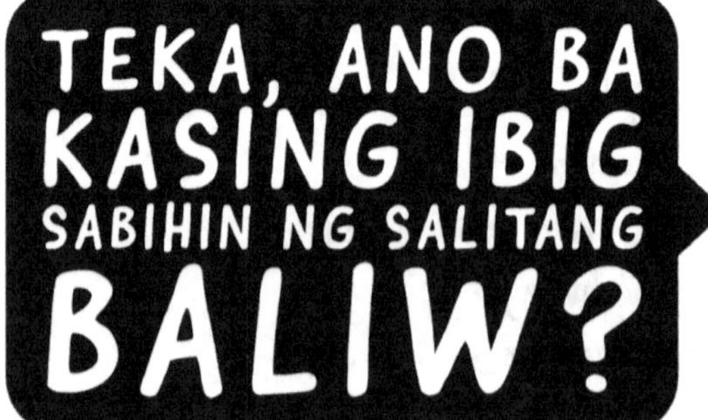

Who would have thought that in a span of 25 years there will be a connection between Former Senator Miriam Defensor-Santiago and comedian Mr. Joey De Leon about mental health awareness?

Fresh graduate ako sa college noong 1992 nang tumakbong presidente si Senator Miriam Defensor-Santiago. Ang lakas ng appeal ni Miriam noon (kinabahan nga nang husto ang mga kalaban niya eh) lalo sa mga kabataang tulad ko, kaya naman binoto ko siya. 'Yun lang, di siya nanalo.

Bakit? Baliw daw kasi si Miriam. Ito ang naging black propaganda sa kaniya ng mga kalaban niya sa pulitika. Ginamit nila ang stigma na baliw ang isang taong nagpatingin sa psychiatrist.

Depensa noon ni Miriam, normal ang magpatingin sa *shrink* lalo sa ibang bansa. Hindi ibig sabihin nito ay baliw ka kaagad; pwede namang gusto mo lang pangalagaan ang buong well-being mo kasama na ang maayos na kaisipan.

Kaso hindi pa masyadong aral ang masang pinoy noon pagdating sa isyu ng Psychiatry. Ang paniniwala noon, BALIW lang ang nagpapatingin sa psychiatrist.

October 5, 2017 nang malagay naman sa hot seat ang TV host na si Joey De Leon[2] dahil sinabi nitong gawa-gawa lamang ng mga tao ang depression at hindi ito dapat pinapansin.

Syempre, kaliwa't kanan ang batikos ng netizens kay Joey, kaya humingi rin ang TV host ng paumanhin sa mga taong na-offend sa sinabi niya.

Ibig lang sabihin nito, matapos ang halos dalawampu't limang taon ay nagbago na ang pananaw ng mga pinoy pagdating sa mental health at naging open na tayo sa idea na kahit sinong ordinaryong tao ay nakararanas ng paglalagnat ng isip o mild mental illness, ika nga. Pero hindi ibig sabihin nito na KABALIWAN ang makaramdam ka ng depression at anxiety paminsan minsan.

ANG HIRAP KASI NGAYON

Ang bilis itakbo sa emergency room (ER) ng hospital ang isang taong naghihingalo o kaya ay may physical injury.

"Doc, stab wound victim po ito. Ang laki ng sugat at ang dami na pong nawalang dugo sa pasyente." Naku! Pag ganito, mabilis pa sa alas kwatro at gamutan agad.

Pero ang hirap tumakbo sa emergency room tapos magpapaliwanag ka…

"Doc, malungkot po ako at gusto ko pong saksakin ang sarili ko para maubusan ako ng dugo at mamatay na ako."

Oo, papansinin ka, pero hindi ka emergency case. Malamang i-recommend kang papuntahin sa Mandaluyong. Yes, ang stigma ng Mandaluyong, sa loob o labas? Ibig sabihin sa loob ka ng mental hospital, kasama ng mga kapwa mo baliw. (Trivia ulit para sa mga young millennials na hindi alam ang joke na ito.)

Let's fast forward to 25 years after Miriam Defensor-Santiago's issue, June 20, 2018 to be exact. Finally, pinirmahan na ng Pangulong Duterte[3] ang pagpapatibay ng **Republic Act no. 11036** o kilala bilang **Mental Health Act**. Ibig sabihin nito ay kasama na ang support para sa mental health sa buong Healthcare system ng bansa. YAHOOOO!

Habang sinusulat ko ang librong ito, 7% lang ng public at private hospitals[4] sa bansa ang may psychiatric ward at dadalawa lang ang ratio ng mental health workers kada 100,000 Pilipino. Sana naman dahil sa Mental Health Act eh mag-improve ang data na ito.

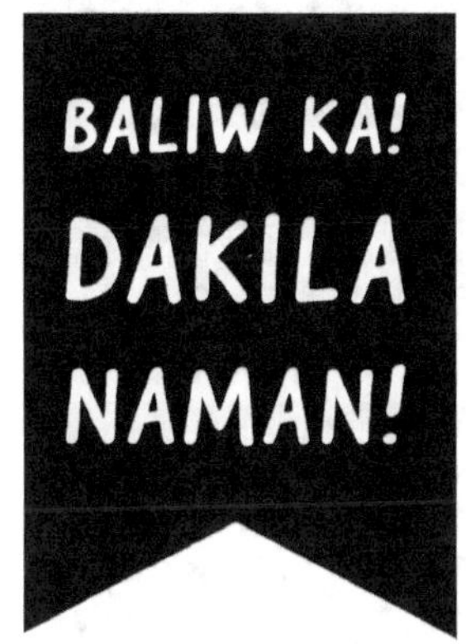

BALIW. Ano nga ba ang stigmang dala ng salitang ito?

Noong bata pa ako, ang BALIW para sa akin ay yung taong grasa na pagala-gala sa kalye, na minsan ay hubo't hubad at kinatatakutan. Nananakit kasi sila kapag sinumpong ng kanilang kabaliwan.

Sa ngayon, hindi na ito ang ibig sabihin ng BALIW para sa akin.

I have been in the academe for more than 20 years. In this field, my students will always and forever be teenagers and very young adults ranging from 16 to 22 years old. Hindi sila tumatanda, kaya bawal din kaming tumanda. Kapag tumanda na ang mga students namin, eh pinalalayas na namin sila (Charot!). Syempre kasi graduates na sila.

When I was starting as a young IT Instructor hindi pa uso ang cellphone. Ang internet connection namin ay dial-up pa; maingay at mabagal, pero masaya na kami kahit makatanggap lang ng YAHOO mail.

In my computation, I had taught three generations of Pinoy students already, the Gen X, Y, and the very latest, Gen Z.

Although my students never grow old in age, the generation that they belong to makes them unique from each other.

Ten or fifteen years ago, the usual reasons of students for dropping out of their classes were shifting of program, financial problems, or transfer of residency. Lately, I have been encountering students dropping out of their classes due to mental health issues. **They even have PWD IDs because apparently, clinical depression is considered as a permanent disability.**

The usual background stories of our clinically depressed students include family problems, bullying, trauma, and inability to make solid relationships inside and outside their homes.

Ang hirap din namang piliting mag-aral ang taong may mental health issues considering na hindi rin naman equipped ang mga school personnel to deal with such situations. TBH, we (school personnel) don't really know how to properly take care of students suffering from mental illnesses. Ngayon palang kami nag-uumpisang mag-aral. Through attending various trainings and awareness programs, nalalaman namin kung paano matutulungan ang mga estudyanteng mayroong mental health issues.

You really cannot give what you don't have. Students are not the only ones having mental breakdowns. School personnel, specifically teachers also suffer from this. DEPED and DOH are teaming up together to address the issues of mental health in the workplace due to incidents of teachers committing suicide one after another[5].

I encountered two of our students fighting; one almost stabbed the other to death. Their teacher broke the fight but was cut in the process.

As per my investigation, Arthur (not his real name) was a classroom bully. Actually, mapang-asar lang talaga siya. Kaso natyempuhan niya si Miguel (not his real name) na wala sa mood makipagbiruan. Napikon tuloy ito at ginamit ang ballpen nito para saksakin si Arthur.

When I talked to the parents, obvious na si Arthur ay takot na takot sa tatay niya. Mukha namang bully yung tatay nung makausap ko. Dun malamang nagmana si Arthur. Sobrang takot sa tatay, tapos sa ibang tao pino-project yung hindi niya magawa sa tatay niya.

Si Miguel naman ay mas kawawa. OFW ang nanay, bed-ridden ang tatay, at silang tatlong magkakapatid ay pinatitira kung kani-kaninong bahay ng mga kamag-anak.

May deep-seated anger management issues si Miguel. Sa tuwing magagalit siya, sumasabog at nagiging marahas. Muntik na rin nitong masaksak ang ate niya. Kapag ganitong nag-aaway ang magkakapatid, pinaghihiwa-hiwalay lang muna sila pero hindi pinag-uusapan yung ugat ng galit. Kaya 'yun, lahat naiipon sa puso at isip ni Miguel. That's when I learned na dinala na pala sa psychiatrist ang binata, pero dahil hindi naman nila kayang regular na magpa-check-up, on and off ang pag inom nito ng gamot para sa temper problems nito.

Ang ending ay nag-drop si Miguel sa pag-aaral at yung teacher nila ay nagkaroon na ng nerbyos at ayaw na magturo sa engineering class sa takot na maulit muli ang pangyayari.

With the situation I cited above, almost all of the people involved suffered long or short-term mental issues resulting to feeling negative emotions. Malamang hindi lang yung teacher ang nagkaroon ng anxiety at Post Traumatic Stress Disorder (PTSD), kundi pati ang mga students nitong nakakita sa pangyayari.

We have to redefine the meaning of BALIW in order to remove its negative stigma. Hindi lahat ng nagpapagamot sa psychiatrist ay baliw at kahit sinong matinong tao ay pwedeng dumanas ng occasional mental health problems.

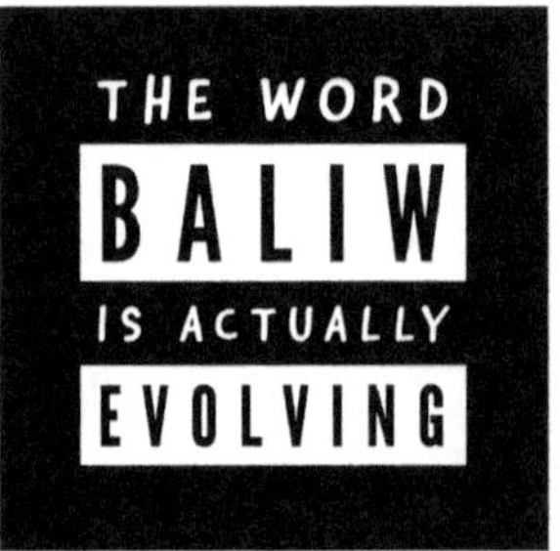

Minsan pa nga, yung mga taong nakararanas ng mental health problems, sila pa yung nagiging DAKILA dahil natutunan nilang lumaban at i-angat ang sarili sa kabila ng kanilang mahihirap na pinagdaanan sa buhay. Tapos yung mga taong sobrang taas at talino ang tingin sa sarili, sila yung totoong dapat dalhin sa Mandaluyong (loob), kasi hindi lang utak ang may topak sa kanila, kundi pati ang kanilang kaluluwa.

Ang baliw ay possible ring normal na tao sa appearance at kilos pero may mga "hugoat" at pinagdaraanan pala sa buhay na nagiging sanhi ng occasional episodes at tendencies kung saan the **Brain's Attitude Leads (the person) in (committing acts of) Wickedness (B.A.L.I.W) o yung tinatawag nating TINOTOPAK na UTAK.**

Ang librong ito ay simpleng pagpapaliwanag ng kung anong nangyayari sa mga panahong tinotopak ang utak natin. Anong nagti-trigger ng ating topak, saan nagmumula ang ugat ng ating kabaliwan, at anong epekto nito sa buhay natin. Ilan lang ito sa mga tanong na gusto nating masagot sa kabuuan ng pagbabasa ng librong ito.

Susubukan ko ring magbigay ng punto kung paano natin mama-manage ang ating topak at kung paano natin bibihisan ang ating kabaliwan upang gawin itong **B.A.L.I.W o Brain's Attitude Leading in Worship.**

Wait! Bago ka mag-react, YES! I will discuss Biblical principles in this book. Pero 'wag kang mag-alala, hindi naman kita sasampalin ng Bibliya. I just want to point out that although Psychology is scientific in nature, science alone cannot be effective in solving the problems of human behavior and understanding our humanity in general. For me, if you really want to understand the workings of human behavior, you have to go to the **very SOURCE.**

GO TO THE ONE WHO CREATED THE HUMAN BEINGS.
FOR ME IT'S GOD

So kung agnostic ka, atheist, or member ka ng kung anumang religion na hindi bilib sa Bible, you have two choices: **stop reading, OR subukan mo lang basahin, wala namang mawawala sa iyo.** As if naman mababago ng isang libro ang mga paniniwala mo.

Buffet style naman dito. Kunin mo lang yung mga prinsipyo at aral na sa tingin mo ay magagamit mo sa buhay mo, at itapon mo yung feeling mo ay hindi mo kailangan.

Ang importante, makakuha ka ng isa, kahit isa lamang na **light bulb (Eureka!) moment** na posible mong magamit in case atakihin ka rin ng iyong KABALIWAN.

I remember conducting a workshop with a group of PWDs. In the middle of my discussion, a man on a wheelchair interrupted me.

"Excuse me, gusto mong malaman kung anong mental health issues namin, hindi ba obvious? Syempre depressed kami, sige nga ikaw kaya ang umupo sa wheelchair na ni hindi mo mahugasan ang sarili mong pwet, ano sa tingin mo ang mararamdaman mo?"

Galit siya ha, syempre ramdam ko yung pagbabago ng energy sa room. AWKWARD! The thing is, may pagka-masochistic ako pagdating sa mga ganitong challenges. I actually like it, yung may healthy arguments between me and my audience, pero sa huli naman **we always agree to disagree.**

Ang kagandahan pa, more knowledge and truth are exchanged in the process, kasi pati yung ibang listeners eh nag-express din ng mga opinions nila.

Nagkataon lang na punong-puno si manong wheelchair ng kung ano-anong isipin kaya nasa bitter at masungit na mood siya. Kumbaga, ayaw niyang magpapasok ng bagong information sa isip niya. Pero nung natapos namin ang workshop, love love love na niya ako. He finally understood where I'm coming from at hindi dahil hindi ako naka-wheelchair eh hindi rin ako nakukulong ng sarili kong depression.

Kaya for the sake of easy reading, I appeal that you empty your cup for a moment so that you would have enough room for new information and to add on to your wealth of knowledge.

POUR INTO... THE EMPTY CUP.

THE OBJECTIVE IS NOT TO CAUSE DISAGREEMENT BETWEEN US.

I hope to raise your curiousity and awareness to the point that if you are not fully satisfied with what I'm discussing, you can be motivated to do your own research on the matter. This way, both of us win because both of us have **the same goal, which is to put mental health and illnesses in proper perspective.**

Kaya 'wag kang utak topak habang binabasa ang libro na ito ha. No overthinking needed, just read, learn, and enjoy.

Dahil batang 70's at 80s ako at malanding dalaga noong 90's, gasgas na sa akin ang salitang GENERATION GAP. Hindi mo kasundo sina ermats at erpats kasi magkaibang panahon at sa nag-e-evolve na kultura kayo pinanganak at lumaki.

"Naku! Papunta ka pa lang eh pauwi na ako, kaya alam ko na ang mangyayari sa iyo!", gasgas na sabi ng mga magulang. natin.

Let's check out all the existing generations and see where you belong. Are you a millennial, me-linya (may wrinkles), menopausal, centennial, or memorial (yung pang ST. PETER na)?

> PEOPLE FROM **DIFFERENT** GENERATIONS HAVE DIFFERENT **MENTAL** HEALTH ISSUES. THEY **ALSO HAVE** DIFFERENT WAYS OF HANDLING THEM.

GENERATION ZOMBIE

Sabi ni Bob Brooke[6] sa kaniyang article patungkol sa genealogy, **sa loob ng isang daang taon (100 years) daw o isang siglo, mayroong tatlo hanggang limang generations ang sabay-sabay na nag-e-exist o nabubuhay.**

Ang generations na ito ay paikot-ikot lang na nabubuhay sa bawat siglong dadaan.

The 20th century has five existing generations.

LOST GENERATION OF 20TH CENTURY	1896-1927
SILENT GENERATION	1928-1945
BABY BOOMERS	1946-1964
GENERATION X	1965-1978
GENERATION Y (MILLENIALS)	1979-1995

 Kaway kaway kung kasama ka sa isa sa mga generations na nabanggit. I'm from generation X, hindi millennial kundi melinya pero at least hindi "OK BOOMERS!"

Ngayong early part ng 21st century ay halos nasa apat na generations na lamang ang kasalukuyang nag-e-exist[7]. Maliit na kasi ang bilang ng lost generation at unti-unti na ring lumiliit ang bilang ng silent generation, habang susunod naman ang mga baby boomers.

By this time, papasok naman ang new generation. **Sila ang Generation Z (Zombie), na pinanganak between end of 20th century and beginning of 21st century.**

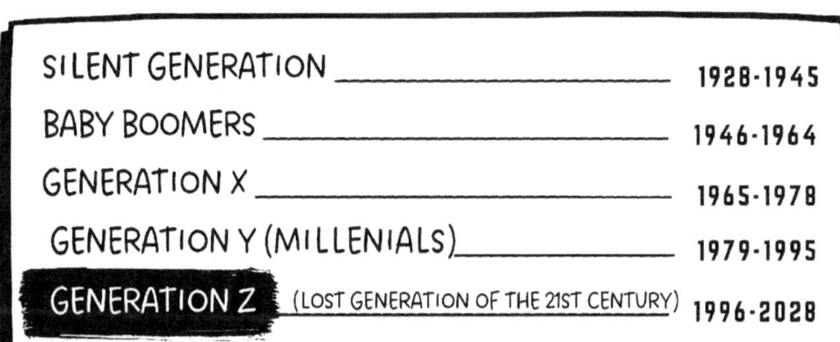

SILENT GENERATION	1928-1945
BABY BOOMERS	1946-1964
GENERATION X	1965-1978
GENERATION Y (MILLENIALS)	1979-1995
GENERATION Z (LOST GENERATION OF THE 21ST CENTURY)	1996-2028

They were called the lost generation because they were figuratively and literally at a lost of what was happening during their time.

They came from a turn of a century era where changes and newness of the atmosphere can be tasted and felt in the air.

Syempre from 1800's biglang nagbago ang siglo at naging 1900's, kaya ang mga kabataan noon ay nalilito sa kung anong kultura ng panahon ang susundin nila. 'Yung luma bang very conservative na 1800's (in our case Filipinos, panahon ng mga Kastila) o yung bago na 1900's (panahon ng mga Amerikano)? Tapos bigla pang nagkaroon ng World War I, syempre super lost talaga ang feelings ng generation who lived during this period.

Ang daming ganap sa pagpapalit ng bawat siglo. In the case of late 1800s to early 1900s, dito nagkaroon ng pagbabago sa transportation. From boats and ships or mules (kalesa), the lost generation made trains and railroads as new form of transportation. This was followed by the invention of light bulb and electricity from simply using kerosene lamps. Out of kerosene came gasoline which paved the way to motorized cars. Moreover, since the transportation industry boomed, roads and buildings started to take its shape in the 20th century with the discovery of steel in the civil engineering industry.

Oh 'di ba? Makalipas ang humigit isang daang taon andyan pa rin ang steel, gasoline, fast cars, at electricity na importanteng commodities ng lahat ng tao sa buong mundo. The lost generation provided those for us. Thus, **the lost generation is truly the greatest generation of the 20th century**. Sila ang halos may pinakamaraming makabagong inventions na nadiskubre. Kaya naman,  *"Wala talaga kayo sa lolo ko!"*

THE SILENT GENERATION

The lost generation was followed by THE SILENT GENERATION. This generation came from the devastation of World War II and rebuilding of the nation. Siguro kaya sila tahimik kasi wala silang masabi charot! Grabe, ako man ang mabuhay sa generation na ito, nakatatakot at nakadedepress naman talaga. 'Di ba ang kwento sa atin ng mga lola at lolo natin eh takot sila sa mga Hapones kasi sobrang lupit at ginagawang comfort women ang mga mahuhuling magagandang pinay at pinapatay ang mga kalalakihan?

They were also called the silent generation because during this time parents ran a military household. Yung tipong batas militar sa loob ng bahay. Kung anong sinabi ng mga magulang, sunod dapat ang mga anak. **Obey first before you complain, ito ang mantra noong panahon ng gyera.** Subukan mong sumuway sa utos (during war era), patay ka!

Ganito rin ang mga kabataan noon, sunod lang sa mga magulang kung kanino ka magpapakasal, kung anong magiging trabaho mo, at kung anong gagawin mo sa buhay mo. Tsaka walang karapatang mangarap ang mga kabataan noon kung anong gusto nilang gawin sa buhay, because everything was dictated and planned for them. Kapag magsasaka ang pamilya mo, magsasaka ka rin, kapag doctor ang pamilya mo, susunod ka sa yapak ng mga ninuno mo.

Sabi ng tatay ko, ang **baby boomers** daw ay nangyari dahil natakot ang **silent generation** na mawalan ng mga anak dahil sa giyera. Sapilitang kinukuha kasi ng government para maging sundalo ang mga anak nila para lumaban sa giyera kung saan namamatay ang mga ito.

Sa takot ng silent generation na maulit ang giyera at magka-ubusan ng anak, **hayun, humayo sila at nagpakarami talaga kaya may baby bommers generation.** Tutal bawal naman silang magsalita at mag-express ng kanilang damdamin, kapag patay  ang ilaw at malamig ang gabi, sa aksyon na lang nila dinaan ang mga bagay na hindi nila masabi. Itong mga **silent generation na ito, tatahitahimik pero matitinik.**

Ang tatay ko lang na mula sa silent generation ay may 13 anak sa unang asawa, dalawang anak sa Bicol at Ilocos, tapos may tatlong anak pa sa pangalawa niyang inasawa. O 'di ba? Bongga! Hindi lang kami pang basketball, pang world war pa!

Minsan tinanong ko siya, *"Tay, bakit ang dami mong anak?"* Sabi nya *"Kasi noong araw 'pag konti ang anak mo, ibig sabihin nun baog ka."* WHAAAATT?!? Joke ba yun? NOPE! Kaya naman ang matris ng mga babae noon, matira matibay talaga.

This generation never really liked the military way of which their parents were raised. The silent generation somewhat agreed, hindi na sila naging super strict sa pagpapalaki sa mga boomers nilang anak. 

Also, industrialization happened in the boomers' era which resulted in moms having jobs as well. Masyadong naging busy ang mga magulang sa pag-po-provide financially sa kanilang pamilya. As such, implementing the military way of raising their kids became difficult and impractical. Kaya naman nagkaroon ng freedom ang mga boomers to do what they want and to be who they want to be.

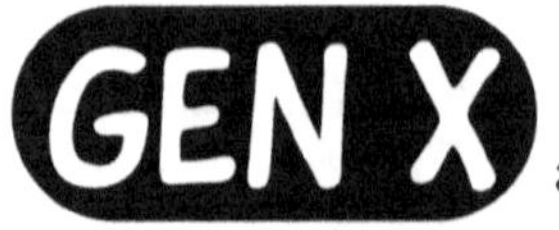

Boomers gave birth to the hippie generation also known as the Generation X. The rise of the wrong generation. Yes, I belong to this generation and we are called GENX for the reason that according to the previous generation, everything about us is WRONG.

We are the generation of well educated college students and free thinkers who protested against the government, fought for the legalization of abortion and revolutionized sex through the use of contraceptions like birth control pills. Ayaw na naming mga babae na palaging binubuntis at kung pwede gaya ng mga lalaki ay kaya rin dapat naming mga babae na makipag-sex kung kanino namin gusto nang walang judgement at may protection against unwanted pregnancies. Also, Acquired Immune Deficiency Syndrome (AIDS) was incubated in my generation and scared a lot of people, something that i'm not very proud of as GEN X.

Don't fret though, Generation X. Most contemporary thinkers say that we are the generation **that made the 20th century. Oh 'di ba, bongga!**

Sa panahong ito nangyari ang women's liberation, freedom of expression, at human rights movements. Dito rin nangyari ang pagpunta ng tao sa buwan, nagkaroon ng computer sa bahay, at na-conncct ang mundo gamit ang internet at wireless telephone.

Ngayon, alam niyo na mga **millennials at Gen Z** kung bakit kaming **Gen X ang gumawa ng 20th century?** Kung wala kami, hindi ninyo magagamit ang mga bagay na ine-enjoy ninyo ngayon!

So ano naman ang ginawa ninyo millenials? O sige na nga, nagkaroon kayo ng smart phones at pinaliit ninyo ang size ng music files para magkaroon kayo ng libo-libong kanta sa playlists ninyo na pinapatugtog ninyo habang nagbabanyo kayo. 'Yan tuloy ang tagal-tagal ninyo sa CR, kainis!

Yun nga lang, minsan mas smart pa ang phone ninyo kaysa sa inyo kasi kailangan ninyo pa mag-spell check dito at mag-compute ng simple math equation gamit ang smartphones. Most Gen. X can spell and compute using our own brains. Angas no?

GENERATION Y, ALSO KNOWN AS MILLENNIALS, **IS MOST COMMONLY REFERRED TO AS THE ENTITLED GENERATION.**

They are entitled in a sense that Gen Ys enjoy most of the inventions of generation X. Pasensya na sa pagiging bias at mayabang ha, Gen X ako eh. Sulat kayo ng libro ninyo dali!

Gen Ys are also known as the impatient generation. They want everything fast and instant. Sa generation na ito nagkaroon ng mga pagkaing madaling mabili, ma-order, at lutuin (instant noodles at fastfood chains). Along with being impatient, they are also the generation of emotero at emotera. Madali silang magreklamo, magalit, at mainip. Kapag hindi naibigay agad ang gusto, ipaglalaban at makikipag-away

na sila. Ang hilig rin nilang maghanap ng rason patungkol sa mga bagay-bagay. Kaya sila Generation Y kasi they always ask, *"Why? Why not? Why kasi? Why me? WHHHHHHHYYYYY?!?!"* They have this emotional need for explanation about EVERYTHING!

ALTHOUGH THE GREATEST WEAKNESS OF GENERATION Y IS THEIR EMOTION. IT IS ALSO THEIR GREATEST STRENGTH.

While Gen Xs live to work, Gen Ys live for fun. You Only Live Once (YOLO) is the millenials' mantra, so they tend to be impulsive, fun, and uber passionate in order to live life to the fullest.

Thus, millennials fight for equal rights for men, women, and members of LGBTQ. This generation fought for allowing a transgender woman to be part of a Miss Universe competition. The *#metoo* movement recognizes that women must not be subjected to any form of verbal or physical abuse especially sexual in nature.

These are only few of the reasons generation Y is considered the **game changer or the generation that changed the 20th century.**

This generation is known to be fearless when it comes to breaking the protocol just to value human beings in spite of gender, race, and skin color. Okay fine! We, Gen X, created the 20th century while Gen Y changed it. Eh di ikaw na!

More than any generation, Gen Z is looking up to generation Y. Syempre si Gen Z nasa pa-cute stage pa, most of them are teenagers while few are entering the workforce for the first time. Yung iba nga hindi pa pinapanganak.

Sila ang mga Generation Zombie, gising sa gabi at tulog sa umaga, kaya naman zombie sa laki ng mga eyebags at lilitang-litang sa umaga na kapag kinausap mo eh parang empty shells at wala sa sarili.

So, what can this generation do instead of just simply enjoying all the hardworks that the previous generations made before them?

This is something to watch out for. Pansinin ninyo, ang

Generation Z ay kamukha ng lost generation dahil pareho silang pinanganak at lumaki sa pagpapalit ng siglo. Generation Z came in between the 1900s to 2000s, same with the lost generation. So it is safe to say that Generation Z can be the greatest generation of the 21st century.

As to what greatness can they do, that is for us to watch out and wait for since they already have what it takes to also make innovations that can outlive their generation.

Basta ang alam ko, sila yung lumaking tutok sa K-pop at Koreanovela, Japanese anime at manga, social media, Youtube, NETFLIX, and vlogging. Higit sa lahat, adik rin sila sa mga larong Mobile Legends at League of Legends, DOTA, and almost all computer and PSP games in general.

Unfortunately, sila rin ang posibleng maging pinakamalungkot na generation dahil 13 sa bawat 100 na nagpapakamatay ay generation Z[8]. I mean, seriously, ang babata pa ninyo to quit life! Anong drama ninyo at ang bigat ng problema ninyo para maisipan ninyong magpakamatay, eh nasa inyo na nga ang LAHAT?!?!

Samantalang ang generation namin ay naaagnas na at kilala bilang mga walking dead pero heto pa rin kami, pilit lumalaban sa buhay at nagpapa-botox (tiis ganda) para lang mabanat nang husto ang mukha upang hindi mahalata ang aming pagtanda.

Angry Birds and Plants VS Zombie, these were the two games that my son became obsessed with at the age of six. Yung sobrang obsessed niya to the point na bigla siyang tatayo at mangangagat na kunwari ay zombie

siya. Sa umpisa, cute kasi bata pa siya. Pero habang tumatagal, naging issue na namin ang pagiging addict niya sa computer gaming.

Nung sampung taon na siya at sa Minecraft naman siya naloloko, tinanong ko siya, "How come you are having difficulty understanding Araling Panlipunan? You like history 'di ba?" My son answered, "Nahihirapan akong makinig sa teacher ko kasi naglalaro pa rin ako ng minecraft sa utak ko." Yun oh, patay tayo d'yan!

This is what's happening to the Generation Z students. Nakatingin sa iyo na kunwari ay nakikinig sa lecture mo pero nasa ibang level na siya ng sarili niyang mundo. Kumusta naman ang buhay eskwela di ba?

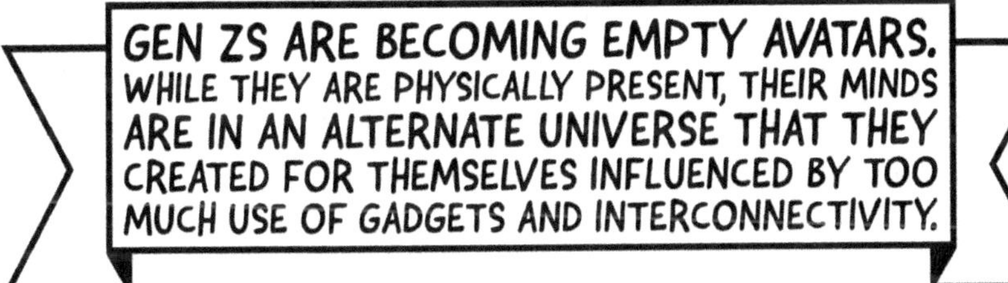

Teachers are now giving lectures to students who haven't had enough sleep. 'Yung tulog habang nagtuturo ang teacher or nakatingin sa teacher pero litang-litang ang utak.

I'm studying Dr. Daniel Amen's revolutionary use of brain SPECT (Single Photon Emission Computed Tomography) in his practice as a psychiatrist[9].

Anong ginagawa ng kakaibang CT scan na ito? This scan shows the blood flow to our tissues and organs, most specially our brain. Blood flow signifies normal and healthy functions of our body organs. Improper blood flow accounts to injury or a problem in the brain that needs to be addressed right away. It is also possible to cause chemical imbalance in our bodies that may affect the way we think and behave.

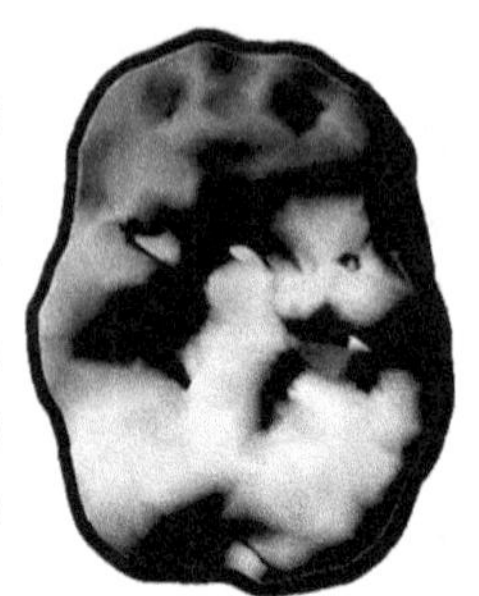

The image on the left (HEALTHY BRAIN) shows smooth blood flow to the brain. Kumbaga, nakahihinga ang brain mo nang maayos kasi may tamang supply ito ng oxygen.

On the other hand, the photo on the right shows that when you are addicted to drugs (ex. heroin), your brain does not receive proper oxygen through regulated blood flow to your brain tissues. As such, your brain becomes sick and gets worse while suffering from brain chemical imbalance.

The tendency is that the more a person is addicted, the more they feel down and depressed when the effects of drugs wear off. Addiction to drugs forces too much blood flow and oxygen to the brain that causes extreme high and happiness. Ang problema, pagbaba ng tama, bukod sa babalik ang lungkot, yung mga passage ways ng blood at oxygen ay damaged na. Kapag ganito, hindi na nagiging masaya ang mga adik sa ordinaryong pangyayari sa buhay nila. Ang gusto nila ay extreme high, kaya hindi nila mabitaw-bitawan ang bisyo. Their career, their family, and even their children do not matter to them anymore. Pwede silang lahat mawala, 'wag lang ang supply ng drugs sa buhay ng isang adik.

You might say, "Buti na lang hindi ako adik…", but wait, there's more!

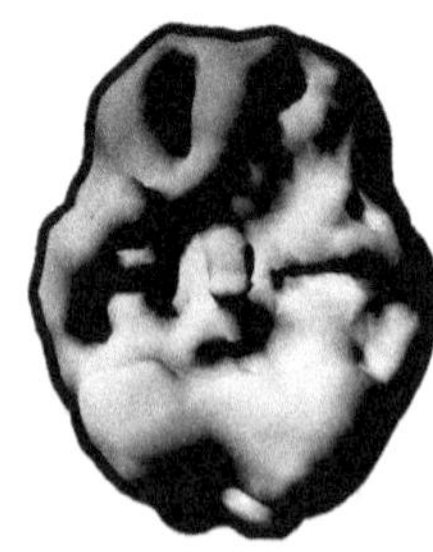

This image shows the brain SPECT of a person who is digitally addicted to pornogaphy[10]. As you can see, a digitally-addicted brain is even worse than a drug-addicted brain. Ang drug addict naghahanap ng saya; ang mga digital addicts ay may problema sa temper at logic, hindi lang sa happiness.

Digital addiction is real[11].

As in they will have seizures at possible pang magwawala sa galit at inip ang batang inalisan mo ng data at gadget. Sige, try mo kahit isang araw lang na mag-digital fasting ka o ang mga anak mo. Hirap, noh? Posibleng magkaroon ng WORLD WAR III sa bahay ninyo.

Ang cellphones at gadgets nila ay extension ng kanilang kamay. Kapag nawala ito kahit sandali, their hands feel naked. Gulat na gulat pa nga sila, *"OMG! May kamay pala ako, ganito pala ang itsura ng kamay? Kaya pala pwede itong gamitin sa paghuhugas ng pinggan."*

I personally witnessed the roller coaster emotions that my son felt when we experienced black out for several days due to typhoon and flood. Halos sumpain na niya ang Meralco dahil lang sa galit niya. Hindi kasi niya magamit ang mga gadgets niya.

That's when I started getting serious into monitoring my son's level of computer usage. In my workshops, I always discuss what I did to ensure that my son understands his own digitally-addicted brain and how this affects his behavior. I do hope you can attend, if you have time, in one of my workshops that will help you deal with your own, or your kids' digital addiction.

Imagine talking to the (unhealthy) brains shown in the previous pages if you are a Math teacher. Sige nga, tanungin mo nga ang baku-bakong brain na yan ng, *"Find the value of X in $X^2 + 1 = 10$."* Baka sumagot pa yan ng, *"Bakit ba pahanap ka ng pahanap ng X sa akin eh ex ko na nga yun, wala na yung value sa akin. At 'wag mo na rin akong tanungin ng Y, dahil hindi ko rin alam kung bakit wala na ang X ko! Gen Z ako, hindi ako Gen Y!"*

Now you know how challenging it is to be an academician, even a parent, in the 21st century.

> # GENERATION Z HAS THE MAKINGS OF THE GREATEST GENERATION. BUT WHILE THEY ARE LOST IN THEIR OWN DIGITAL ADDICTION, IT IS VERY DIFFICULT FOR TEACHERS, PARENTS, AND THE WHOLE COMMUNITY TO BRING OUT THEIR BEST POTENTIALS.

THE DIGITAL WORLD

Naranasan mo ba yung patingin-tingin ka lang sa FB newsfeed mo tapos bigla mong nakita yung kaklase mo nung high school na mas matalino ka pa? Yung mga posts niya ay tungkol sa pag-ta-travel niya around the world kasama ang asawa niyang foreigner at mga anak nilang artistahin ang itsura. Tapos bigla kang mapapamura, *"Putsa! Mas maganda pa ako dito sa bobo kong kaklase nung High School tapos mas maganda pa yung buhay niya kaysa sa akin?!? Asan ang hustisya?!?!"* Sabay mapapatingin ka sa asawa mong natutulog sa tabi mo, walang trabaho at nagpapalaki lang ng tiyan. Hindi na nga masyadong gwapo, batugan pa! Tapos yung mga anak mo eh kamukhang kamukha pa ng asawa mo, kaya tuloy awang awa ka. Sige nga, hindi ka ba made-depress nun?

There's a study conducted about the possible link of social media to depression[12]. Their findings were inconclusive though.

If we are to find out why the more connected people are, the more depressed they become, it all boils down to **love**.

LOVE BECOMES FAKER AS CONNECTED PEOPLE BECOME LONELIER AND LONELIER.

CONNECTEDLY DISCONNECTED WORLD

Being a 70's kid, napaka-konti ng mga kalaro at kaibigan ko. Pero kapag naglaro kami, sobrang saya at parang wala nang bukas. Ang mga tao ngayon, grabe, milyun-milyon ang mga kaibigan at followers sa social media accounts nila pero sobrang lungkot pa rin ng buhay.

Patrick (not his real name) is very famous in social media because of his viral Tiktok videos. Ang dami niyang fans who love him and leave him positive comments. Pero sa school, Patrick is a nobody. Hindi siya marunong makipagkaibigan at makipag-usap sa mga tao face to face. Kaya naman palagi siyang isolated at out-of-placed. Hindi sapat ang pagmamahal ng mga fans niya sa social media para ma-secure ang feelings ni Patrick na deserving nga siyang mahalin.

Kapag nag-trending ang posts natin o kaya sobrang daming nag-like at nag-comment, ang saya at ang sarap naman talaga ng feeling. Nakaka-addict din, kaya you want to post more trending photos about you hanggang sa dumating sa point na hindi na totoo ang posts mo. Kahit filtered, okay lang basta mapakita mo lang sa buong mundo na masaya ka at dapat kang kainggitan. Yung tipong *"How to be you po?"* ang comment ng mga online friends and followers mo.

Considering that our number one fan or follower, in a split second, can also be our number one basher, we are living in a world of fake love and easy to make and break relationships. Just click unfriend, unfollow, and unsubscribe.

Nonetheless, marami pa ring magagandang dulot ang social media at connectivity sa buhay natin. Resist it and you die, just like what happened to the brand FOREVER 21 na nag-declare ng bankruptcy[13]. Wala talagang forever! Hindi kasi nila sinama sa business model nila ang online shopping to be connected with their clients.

People post half truths about themselves, filter events in their lives, and create picture-perfect but unrealistic happenings using social media. Yun ngang taong personal mo nang kaharap at natititigan mo mata sa mata ay napepeke ka pa, all the more yung mga taong sa digital world mo lang nakikita at nakakasalamuha.

You might say, *"Napaka-cynical naman na paniniwala. Maraming ngang nagkaroon ng asawa gamit ang social media"* Totoo naman, pero #sanaol, kaso hindi. Kaya protektahan mo sana ang puso mo sa future disappointments, unrealistic expectations, at hurt by understanding that TRUE LOVE can also be found elsewhere while fake news and fake people are all over social media.

TRUE LOVE IN A FAKE WORLD

Is there hope of finding true love in the fake world?

My daughter was talking to her girlfriends about who among them will have a boyfriend first. One of her friends is super into anime, manga, and cosplay. This girl blurted out, "May boyfriend na ako! Siya na ang asawa ko forever." She's referring to Naruse Kakeru, an anime character in Manga series titled Orange, that she's obsessed with. As in lalaking nakadrawing, 'yun ang pakakasalan niya.

Syempre usapang teenagers naman ito at magbabago pa ang obsession ni bagets in the future. Kaya lang, such powerful imprinting of fictional stories may affect the way we view love. With this in mind, I constantly remind my kids to be vigilant in **identifying TRUE LOVE VS FAKE LOVE IN THE DIGITAL WORLD.**

Imagine a person that you are in love with whispering in your ears, *"You're the only one I love,"* 'di ba ang saya at nakakakilig? Now imagine the same person whipering the same words to your bestfriend. 'Di ba ang sakit? Kasi sinungaling siya!

TRUTH HURTS, but I would rather be with someone who will tell me that I smell bad because it's the truth, than with someone who will spare hurting me with the truth but humiliate me in the process.

Kaya lagi kong sinasabi sa mga kids ko na kapag naka-meet sila ng tao na maipapakita nila ang totoong ugali, gusto, at self- expressions nila nang walang pretensions at fear of being judged, the way they act with me at home, yun ang potential na taong magbibigay at bibigyan nila ng TRUE LOVE.

"Ma'am, LCD po ang sira ng phone ninyo, pag pina-repair ninyo po, P2,000.00 na lang ang kulang pwede na kayong bumili ng brand new na phone." Guess what? Hindi ko na pinagawa yung phone ko, pinamigay ko na lang tapos bumili ako ng bago. Mas practical kasi.

Minsan ganito rin tayo pagdating sa ating mga relationships. Sus, madali namang mag-unfriend at mag-unfollow ng tao kapag nakainisan mo na. Bakit pa mag-e-effort makipagbati sa kaaway, 'di ba? Yung partner mo, kapag hindi na kayo magkasundo, maghiwalay na lang! Kaya nga hindi mo pinakasalan agad para madali ang hiwalayan 'di ba?

**LOVE NOWADAYS DOES NOT INVOLVE COMMITMENT,
WITHOUT COMMITMENT
LOVE CANNOT SURVIVE THE STORMS.**

Sabi ng iba, ang tunay na lalaki ay yung maraming babae. Mali! Ang tunay na lalaki ay yung kayang mag-commit sa iisang babae kahit sobrang daming available at naghahabol na iba. Sa panahon ngayon mas madali ang magparami ng asawa at inaasawa kaysa yung mag-stick ka sa iisa.

Your love must be commitment-driven that you are willing to repair it over and over again because you don't want to throw away or leave your relationship, especially if the worth to do it outweighs your reasons not to.

Kaya kapag kinakasal dapat hindi itanong ng pari, *"Do you take this man as your husband?"* kasi ang isasagot ng kinakasal ay, *"I do"* which is an answer that states your present feeling. Dapat ang tanong ng pari, *"Do you and will you take this woman as your wife?"* para ang sagot ay, *"I do and I will."* This answer is in the state of present and future because you are committing your life to each other not just right now but until an indefinite future. No matter what the condition is or will become, in sickness or in health, lumaki man ang bilbil at magkaroon ng maraming kamot, maagnas man at tumanda nang tuluyan, you are fully committed with each other no matter what.

Kung allergic ka or ang karelasyon mo sa commitment, 'wag ka nang umasa na tatagal ang relationship ninyo, dahil if something gets damaged or broken, you will not take time to repair the relationship. Mag-uunahan na lang kayong itapon o ipamigay ang isa't isa at i-shout out ang mga baho ninyo sa social media.

LOVE AND CONNECTION

"HAPPY MOTHER'S DAY SA MAHAL KONG INA!" Ito ang nasa wall mo sa Facebook for all your friends to see. Pero nung inutusan ka ng nanay mong ibili siya ng suka sa tindahan, hindi mo na sinunod, nagdabog ka pa. Kung fake love sa fake love rin lang naman ang usapan, ito ang isang halimbawa.

Love the person through connecting with that person. You can do that by at least knowing which among the five love languages is his/hers[14].

Para malaman mo kung anong love language ng taong importante sa iyo, tanungin mo siya, *"If you have all the time, money, and energy to show how much you love someone, anong gagawin mo?"*

Kung anong isasagot niya, malamang 'yun ang love language niya. Pag sinabi niyang, "Ibibili ko siya ng kotse." **GIFT** ang love language niya. Pag sinabi niyang, "Ipapasyal ko siya." **TIME** naman. Pag sinabi niyang, "Gagawan ko siya ng bahay." **SERVICE** yun. Pag naman sinabi niyang, "Yakap lang masaya na yun!" **PHYSICAL TOUCH** ang gusto niya. Finally, kapag sinabi niyang, "I love you lang sapat na." **WORDS of AFFIRMATION** ang hanap niya.

Ang hirap kasi luto ka nang luto para sa mahal mo (service) kaso nagda-diet siya at ang gusto niya ay samahan mo siyang manood ng mga Netflix series nang walang tulugan (time). Nag-aaway tuloy kayo thinking that your are not loved and vice versa. Hindi niyo lang pala alam ang love language ng isa't-isa.

This is the world we live in. Our relationship is valued by other people because we show them the best of the best of our pictures and poses while we eat with our family at restaurants, travel, or just simply hang out, but the truth is there's no real connection. Ang hindi nila alam, posibleng WW3 ang pinagdaanan ng pamilya para lang maka-pose sila ng family picture na ipagmamayabang sa social media.

My teenage son, for instance, has no patience in posing for pictures that I initiate to shoot. *"Ano ba 'yan, mommy, gutom na ako, kailangan ba talagang mag-picture-an muna?"* In this case, I honor what he wants kaysa naman masira pa ang good vibes ng family bonding namin. I need to love him according to his love language.

Ang relasyon sa panahon ngayon, mukhang may koneksyon kapag nakikita sa social media, pero walang malalim na koneksyon sa totoong buhay. Umaga pa lang aalis na ang mga magulang para magtrabaho. Dahil tulog pa ang mga anak, hindi na sila magkakausap sa umaga. Pagdating sa gabi, pagod na ang mga magulang, mauuna na silang matulog sa mga anak na magpupuyat pa kalalaro ng computer o kagagamit ng cellphone. Ni kumain nga nang sabay-sabay ay bihira na nilang gawin. Tapos, on rare moments that they're together face to face, they don't even know how to talk with each other. Saklap!

Yung totoo. When was the last time you cried with each other as a family? When was the last time you got angry with each other and settled the matter through heart to heart talk? 'Yung nagsalita ang kausap mo ha, hindi yung ikaw lang ang dakdak ng dakdak. Kailan ka huling nagpakita ng takot at vulnerability mo sa karelasyon mo? We don't do this anymore because we are busy wasting our time swiping up and down or right and left.

We only notice our friends when we need something from them, as soon as their usefulness to us runs out, we are also ready to kick them out of our life.

That's why I always tell my children, *"Please don't post in social media how much you love and care for me. I don't want you to shout to other people how much you love me. Iparamdam mo sa akin nang personal by connecting your emotions with mine. Yung maging aware kayo na pagod na ako at naisipan ninyong magwalis ng bahay o ipagluto ako, naku yun lang sapat na para maramdaman kong, I am loved."*

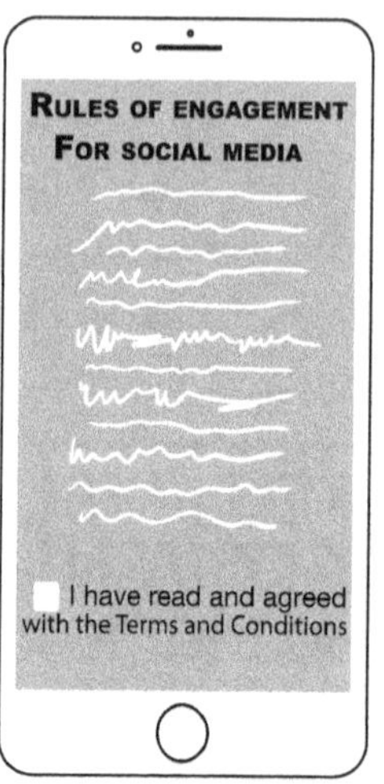

I practice the same. I don't post my children's pictures in social media (as much as possible). This is my way of protecting them dahil kaya ko namang iparamdam na mahal at proud ako sa kanila sa personal na paraan.

There was one photographer who documented her dates using Tinder App[15]. For 30 days, she hooked up with 30 different men she met online. One-night stand kapalit ng romantic photos na magpapakitang mayroon silang malalim na relasyon sa isa't isa, ito ang peg niya. From everyday mundane to sexy poses of couples that speak of love and commitment kapalit ng ilang minutong mag-se-sex sila.

One photo showed her cooking breakfast while the man is looking at her lovingly, the other one showed her reading book on the couch while the man was sleeping with his head on her lap, and another one just simply hugging each other sweetly. Magkakaibang lalaki, iisang babae, sex for a few minutes in exchange of sweet picture poses for 30 days. Syempre ang daming inggit na inggit sa kaniya thinking that it's the same man while checking out the photos without reading her whole article first.

Bet ninyo gawin rin? 'Di ko kaya! Di bale nang walang mainggit sa akin.

At the end of 30 days, and after 30 times of sleeping and separating with each man, she concluded that…

> **THE LOVE IS FAKE BUT THE PAIN IS REAL, I HAVE SO MANY SCARS THAT CANNOT HEAL.**

Grabe, noh? Sino nga naman ang hindi magkakaroon ng mental breakdown in this day and age? We are not just talking about the generation Zs. Mental breakdowns are experienced nowadays across existing generations.

Kabi-kabila ang mga balita tungkol sa depression at suicide, puyat ka palagi, stressed ka sa school kasi hindi ka interesado sa tinuturo o kaya pressured ka sa trabaho kasi hindi ka masaya, gutom na gutom ka pa sa pagmamahal dahil puro fake ang karelasyon mo, at ang dami mong problema sa pamilya pati sa pera waaaah!

Oh 'di ba, sinong hindi mababaliw sa nakababaliw na mundo at panahong mayroon tayo ngayon?

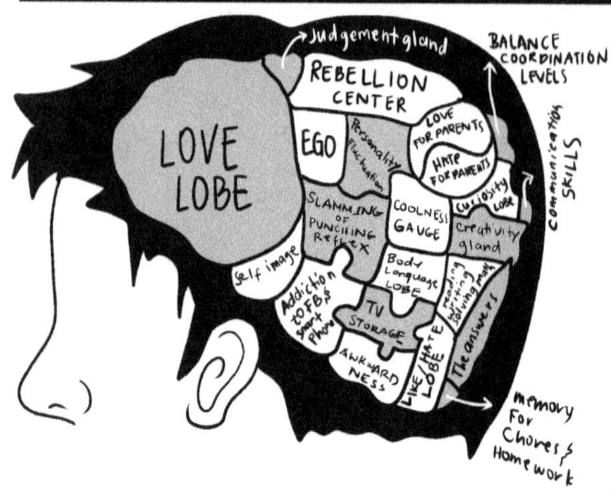

During lunch at work, an officemate said, *"Grabe Maám noh? Ang gulo-gulo ng mundo! Grabe ang nangyayari sa Syria, may mga terorista na nagpapasabog ng bomba sa Europe. Dito naman sa atin agawan ng karagatan, grabe ang baha at earthquake, tapos halos lahat ng tao galit. Kaya ayan, ang daming victims of judicial killings. Nakakastress manood ng balita!"*

I looked at her and absentmindedly blurted, *"This is the ideal world, isn't it?"* Nagulat siya sa sagot ko. *"I mean…the world you are describing is already described by Jesus in John 16:33,* **In this world you will have troubles…"**. So there it is. We live in a world that will always give us trouble. This is the promised world, the ideal world.

What's beautiful in this verse is the continuation. Jesus also said, *"…**but rejoice!**"* **HUH?!**

Maging masaya sa magulong mundo? Oo! Kasi Jesus continued, ***"…for I have already conquered this world."***

In this world, Jesus did not promise us bed of roses and the land of milk and honey. He said that sisters and brothers will fight against each other, parents will tear their families apart, and neighbors will not love each other all the time[16].

You might say, *"Oh come on! That's the usual religious blah blah to entice us to join. There's no proof of heaven or life after death. Bakit, may nakausap ka na bang namatay at nabuhay ulit para mag-kwento kung may langit at impyerno nga?"*

I will not argue with such statement. Tama naman, wala pa akong nakausap na namatay at nabuhay ulit. Ayaw ko namang makipag-usap kahit mayroon man.

Buffet style ha, no need for us to argue. The sentence in the left box (above) is true for me, I respect if the same is not for you.

All I'm saying is, ang perspective ko na may uuwian akong ibang mundo after my life on earth is over, **makes me happy** kahit sandamakmak ang problemang dumarating sa buhay ko. **Such mindset heals my mental breakdown ALL THE TIME!** Sabi nga ng isang song, *"Even if there is sorrow, it is well. It is well with my soul."*

In the end, assuming na pagdating sa huli at napatunayan kong tama ka at mali ako, *"Nyek! Wala naman pala talagang Heaven and God exists only as a concept in my head."* Hindi pa rin ako magsisisi na naniwala akong may God at may Heaven. Bakit? Dahil nabuhay akong masaya sa faith na meron ako at hindi miserable sa gitna ng nakababaliw na mundong ito.

Kaya in between complaining and living in fear because this

world that we live in sucks, **I'd rather change my perspective and live happily while holding on to the promise of Jesus that He already conquered this world.** 'Di bale nang masabihan akong baliw sa paniniwala ko kay God kaysa mabuhay akong miserable w/o Him in my life. Pero syempre, if being unbeliever works for you, walang basagan ng trip. Kung saan

ka masaya, eh di suportahan taka! (Anong famous TV commercial ito? Hulaan mo.) Basta ako, I've experienced living my life with and without God, and the latter did not work well for me. I became my worst self the more I stayed as far away from my faith in God, so I don't want to go back to that life anymore.

> SO WHAT IF THE WORLD IS AS CRAZY AS YOU PERCEIVED IT TO BE?
> ## JUST CHANGE YOUR PERSPECTIVE
> AND MAYBE YOUR WHOLE WORLD WILL CHANGE TOO.

Kaya kapag nakapapanood ako ng news na hindi maganda tungkol sa nangyayari sa mundo, sa halip na magmukmok ako, matakot, at ma-stress, humihinga na lang ako nang malalim at pinapasa ko sa Diyos ang lahat ng burdens, *"Bahala na Siya, basta papasanin ko ang Krus Niya na magaan, tapos Siya na ang pumasan ng mga mabibigat kong bitbitin sa mundong ito[17]."*

GOD AND SCIENCE

Since time immemorial, GOD and Science are often cast as opponents in a battle for human hearts and minds.

For me though, believing in both can be beneficial.

Sigmund Freud, the very prominent person of Psychology, was the founder of psychoanalysis. He is known to be an atheist who said that *"there is only one Christian and he died on the cross."* His daughter Anna said, *"I was looking for strength outside myself but I realized it was all within me all along."* Even Carl Rogers who was a humanist said, *"I'm not perfect but I'm enough[18]."* Meaning, he didn't need God in his life.

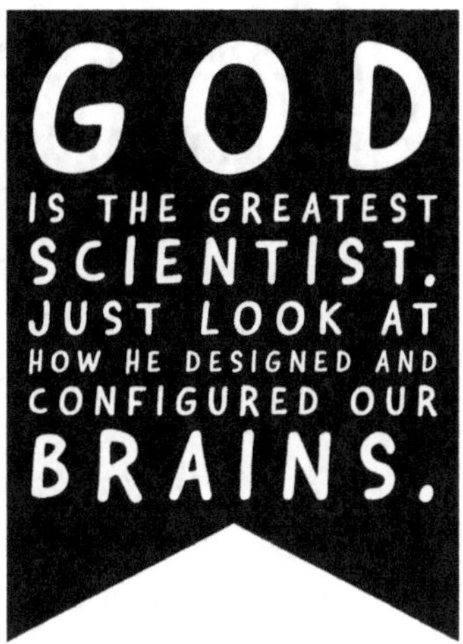

For me though, I need God in my healing process because apart from God, I personally cannot do anything. 'Yung magising ako sa umaga na humihinga pa ay utang ko sa biyaya ng Diyos. For Freud though, the mere fact that we are believing in God is a sign that we have mental illness. Freud said, *"Religion is society's grand childhood neurosis reflecting its longing for a father[18]."* Okay na rin kung may neurosis nga ako for believing in God. For as long as this mental illness gives

order instead of disorder in my life, I'll take it!

Likewise, important church people were quoted as saying, *"There is no such thing as chemical imbalance.", "Psychologists and psychiatrists have never cured anyone.",* and *"When a person is in a cocktail of various psychogenic medications, it is impossible to teach the gospel[18]."*

Let me clarify. I strongly believe in the power of prayer and Words of God written in the Bible. They truly heal people but they do not necessarily cure diseases.

There's this one true story of a man with cancer whose wife asked a minister to pray for and teach Words of God to her dying husband. Kinabukasan, tumawag ang babae sa preacher. Sa puso ng preacher, umaasa ito na by miracle eh gumaling ang asawa ng babae.

"My husband died last night.", sabi ng babae.
"Oh I'm sorry to hear that he wasn't cured by what we did to him."
"No. He was not cured… BUT he was healed; and as a result, he died peacefully. Ngayon ko lang siya nakitang mapayapa at masaya simula nang nagka-cancer siya."

This is what the power of prayer and Words of God are all about. Instead of just curing diseases, they heal our rotten soul.

Totoo naman. Minsan, ang hirap mamili kung kanino ka dapat maniwala, sa Science ba na mayroon palaging evidence o kay God who asks you to believe in what you cannot see?

Erik Erikson, who was also a known man of Psychology for children and adolescent development, saw faith in God as an important factor for supporting optimal human development.

Likewise, other scientists such as Blaise Pascal and Isaac Newton made science and their faith in God work well together in their lives.

I mean, kung pupunta ako sa isang psychiatrist, I prefer

him/her to incorporate faith in God as part of my treatement. Likewise, kung magpapa-advise ako ng problema ko sa isang pastor or pari, 'wag naman na palaging ang solusyon niya sa problema ko eh i-exorcise ang demon na sumasanib sa akin.

Imagine a person suffering from irritability, lack of motivation, and mood swings. Paulit-ulit mo siyang pinag-pe-pray over, only to find out na may kulang palang vitamins at supplements sa katawan yung tao. Tapos yung profession pa eh palaging puyat, abaý kahit anong prayer at casting away of demons ang gawin ng pastor hindi talaga basta-basta mawawala yung mga symptoms nung depression nung tao. However, prayer may still lead you to Science as a way of God's answer to your appeal. Oh 'di ba ginagamit pa rin ni God ang Science para tulungan tayo.

Kahit nga si Elijah na prophet ni God at kausap na si God during his depression ay pinagpahinga, pinatulog, at pinakain muna nang mabuti ni God para makabawi at maayos ang emosyon nito. Tapos nung nakarecover na ito, saka nito sinunod ang utos ng Diyos. [1 Kings 18:2-16]

Even God acknowledges our need as human beings for physical nourishment and healing on top of prayer and Words of God.

"Hindi lang sa tinapay nabubuhay ang tao, kundi pati sa Salita ng Diyos." [Matthew 4:4]

Jesus clearly stated that we need both bread and Words of God to live. As such, God and Science work well together, so we should stop making it "either or" but instead make them "and".

It was said that our brain is designed in a complex, thoughtful, and majestic way that no one can really explain or comprehend.

Ang connections ng brain natin ay higit na marami kaysa sa bituin na makikita sa langit tuwing gabi.

Therefore, we, including our brains, are scientifically created by a powerful SCIENTIST in the persona of God. Agree ka man o hindi, let's agree to disagree.

MATABANG UTAK

If we are in awe of how powerful a supercomputer is when it comes to processing information, how much more shall we be in awe of how powerful our brain is?

> OUR BRAIN IS SO POWERFUL THAT ADAM USED IT TO NAME ALL GOD'S CREATIONS INSIDE THE GARDEN OF EDEN.

We would have been perfect had we stayed in the Garden – no sickness nor death. However, sin separated us from God, thus making our body, including our brain, susceptible to damage and deterioration.

Dahil posible na sa kahit sino sa atin ang magkaroon ng mental breakdowns, kung nagagawa natin ang preventions against body sicknesses such as drinking vitamins or medicines, visiting doctors, and resting before we get sick, ginagawa rin dapat natin ito sa ating utak. In doing so, we need to get to know and understand our brain well in order to identify the causes of our mental health issues.

Ito ang silent killer ng ating matabang utak. Of course, hindi natin maiiwasan ang stress sa buhay.

Stress is defined as any pressure or tension extended on a material object[19]. Nakararamdam tayo ng stress kapag may parang mabigat na bagay na nakadagan sa atin. It may be physical, mental, or emotional tension.

Ano ang numero uno mong stress sa buhay? _____________

'Yung sumama lang ang loob mo sa isang tao tapos magkasama kayo sa loob ng bahay, hindi ba feeling natin ay parang may mabigat sa puso natin na nagiging dahilan bakit hirap tayong huminga? Nakaka-stress kayang makita mo araw-araw ang taong may kasamaan ka ng loob.

STRESSORS Syempre ang stress palaging may kadikit na stressors yan. Ito yung mga bagay, tao, o pangyayari na nagbibigay sa atin ng stress, pwedeng external or internal[20].

WE ARE DEALING WITH STRESS AND STRESSORS CONSCIOUSLY OR UNCONSCIOUSLY ON A DAILY BASIS.

Pagmulat mo palang ng mga mata mo sa umaga sunod-sunod na ang dating ng mga stressors sa utak mo. Makita mo lang yung asawa mong katabi mo sa kama o kaya teacher mong boring magturo, malamang sira na agad ang araw mo.

Syempre maghahanda ka pa ng almusal, aayusin mo ang sarili mo, sabay sabak sa matinding traffic. Ang daming deadline sa trabaho, may pulitika pa sa office, makukulit na mga anak na tawag nang tawag sa iyo habang nasa work ka, pasaway na asawa, pabigat na kamag-anak, at problema sa pera. Isipin mo pa lang ang mga ito, 'pag gising mo, pagod ka na agad, 'di ba?

ANO or SINO ang numero uno mong stressor? _____________

Sa bawat dating ng stressors sa buhay natin, gagana ang ating **stress response system**[21]. Ito yung typical reaction mo sa mga nangyayari sa iyo, laban o bawi? Suko o sugod? Harapin o taguan?

Depending on the condition of your brain at the moment, your reaction to the stressor may result into a good or a bad stress.

Ikakasal ka bukas or may events kang magbibigay sa iyo ng malaking pera, magta-travel ka sa dream country mo, atbp. Ilan lang ito sa mga good stresses sa buhay natin. Surely, masaya ka, pero the excitement can also stress you out in a good way. Hindi ka mapakali at makatulog, you are all tensed up, and the waiting is driving you crazy. Pero masaya ka pa rin in the process.

Kaya wag mong stress-in ang sarili mo kapag na-i-stress ka, lalo kung good stress naman yan.

BAD STRESS, on the other hand, occurs when **thought processing** is done by an unhealthy funtioning brain.

In between *STRESSORS* and your *REACTION* to them is a **STRESS RESPONSE SYSTEM** also known as **THOUGHT PROCESSING.**

Naranasan mo na bang matulog na masama ang loob, yung tipong pagod ka na tapos galit ka pa? Ang ending, yung tulog mo sobrang disturbed. Alam mong tulog ka pero yung isip mo sobrang gising, tapos mga alas-tres ng madaling araw, bigla kang tuluyang magigising na hindi mo na mahanap ang antok mo. Lumipad na at iniwan kang tulala sa kama. Tapos naka-set ang alarm mo ng 6 am dahil 8 am ang pasok mo at ang haba ng commute mo. Bumalik ang antok mo bandang 5:30 ng umaga, sabay gumising ka na masakit ang ulo bandang 7:15 am. Yun! Walang ligo-ligo, mumog lang, sugod ka na sa byaheng EDSA. Pagdating mo sa office, late ka na nga, amoy usok ka pa, tapos nasabon ka pa ng boss mo.

Sa tingin mo, anong kundisyon ng utak mo by this time?

Tapos nung lunch time may nakausap ka pang pareho mong may lagnat na ang utak, pagod, at sobrang negative na. Biglang nagkwento pa ito ng mga problema niya sa bahay nila at sa trabaho ninyo.

May lagnat na nga ang utak mo, ginawa pa itong basurahan ng problema ng mga tao sa paligid mo.

Tapos pag-uwi mo sa bahay, biglang ang bungad sa iyo. *"Ma, wala pa si Papa, hindi pa kami kumain."*

Eh kahit siguro laman ka ng simbahan at tuwing Biyernes ka lumalakad nang paluhod sa Quiapo, hindi mo magagawang magsabi ng, *"Hallelujah, praise God! I love my life!"*

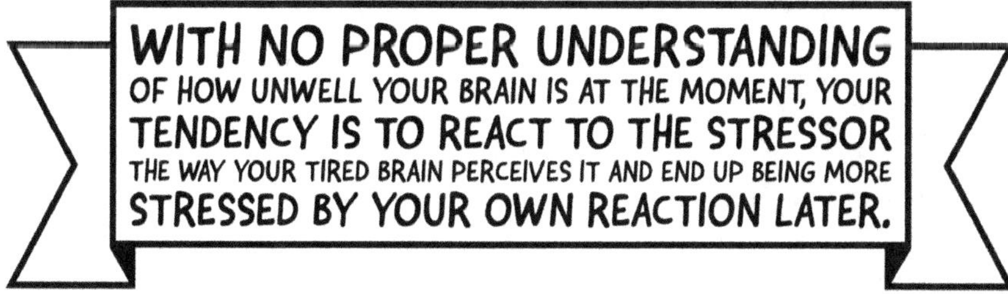

'Yung tipong lahat ng masasamang nangyari sa iyo mula kaninang umaga pa eh babalik sa isip mo tapos masisigawan mo yung mga anak mo ng, *"O bakit? Dala ko ba ang kaldero?! Hindi ba kayo pwedeng magsaing? Dapat hintayin pa ako para ipagluto kayo eh ang lalaki ninyo na nga! Letseng buhay ito, pagod ka na sa kakakayod, pagdating sa bahay alila ka pa rin! Maghiwahiwalay na tayo, walang kwenta ang ama ninyo, batugan na nga, hindi pa maasahan sa bahay! Impyernong buhay ito!"*

Ngayon, magtataka pa tayo kung bakit pati mga anak natin eh na-i-stress din sa atin? Kasi sila yung bagsakan ng galit at bad reactions natin sa mga dumadating na stressors na hindi natin napoproseso nang maayos sa ating isipan. We are hoping that their love for us is strong enough to survive our KABALIWAN or TOPAK.

ONE QUOTATION EXPLAINS IT WELL, "FAMILY IS WHERE WE GO TO WHEN WE ARE TIRED OF BEING KIND"

In the old days, people might be able to endure our mental breakdowns. However, in this day and age, they too, have their own issues to deal with. Kapag pangit ang ugali mo at mahirap kang pakisamahan sa bahay, trabaho, o eskwela, ay hiwalayan na agad yan! Napakadali kayang magpalit ng asawa (lalo at marami ang mga live-in partners lang), ka-trabaho, o kaibigan sa panahon ngayon. Remember, people nowadays don't repair relationships, they replace or leave them.

A HEALTHY BRAIN KNOWS WHEN IT IS NOT FEELING WELL. AN UNWELL BRAIN REFUSES TO ACCEPT BEING SICK.

This is why it is gravely important to check the condition of your brain. If you feel like your brain is not in the right condition at the moment, **IT'S OKAY NOT TO BE OKAY.** Go and rest, reboot your brain para hindi ka mag-hang or mag-malfunction sa buhay mo, tapos kung saan-saan ka magkakalat at magwawala.

Lahat tayo ay may kakayahang gawing good stress ang ating bad stress; just ensure the health of your brain. This will lead to soundness of your thought processing and a positive behavior. Our life's battles usually start and end with our mind. If we are losing the battles on the mental level, it may only mean that our brain is not well enough to go to war. Retreat for a moment, backtrack your steps, and fight a new fight after your well-deserved recuperation period.

'Yung pagpalo mo sa lamok na kumagat sa iyo, kahit ilang segundo lang ang kagat nito sa palo mo, dumaan pa rin sa isip mo ang buong proseso ng kagat, sakit, at pagpatay mo sa lamok. Pero 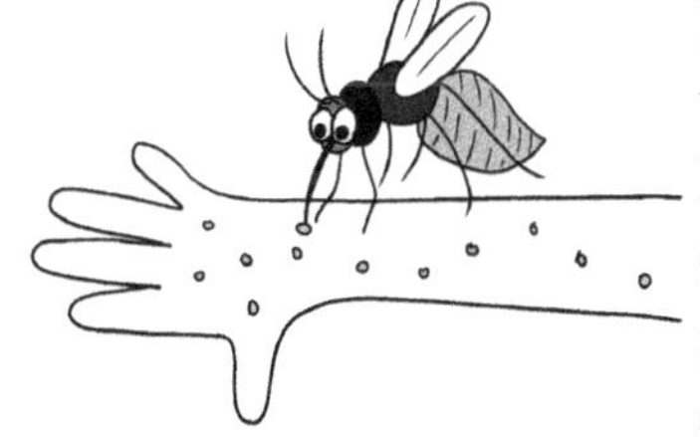 kapag lasing na lasing ka, namanhid na yung utak mo sa nangyayari sa paligid. Kahit anong kagat ng langgam o lamok sa iyo, hindi makapag-proseso ang utak mo sa nangyayari kaya walang reaksyon ang katawan mong protektahan ang sarili mo sa pain. Magugulat ka na lang kinabukasan na puro pantal ka.

Kaya yung paglaban natin sa mga giyera ng ating buhay, dapat healthy na sundalo ang ating brain na handang sumabak sa matinding laban.

Unlike our bodies, we cannot physically see our brains. May kausap nga ako minsan, ni hindi ko sure kung may brain nga. To see is to believe 'di ba? That's why we often neglect its health.

The only way we can find out that our brain is convulsing is when we start acting out our pain, anger, fear, etc. through various manifestation of mental illnesses. By this time, we might already have affected our loved ones and compromised our relationships with them.

Judgement of other people can also affect us harshly, that by one episode of mental breakdown, our whole being is judged badly. Just like what happened to one angry doctor na nag-viral ang video at na-ireklamo pa kay Tulfo kamakailan lang[22].

Remember? Siya yung doctor na nakilala sa sigaw niyang, "NASAN ANG BOSS MO?!?! ANG DUMI-DUMI MO!" That doctor might be having a very rough day, kaso hindi niya na-handle ang mental breakdown niya properly. 'Yan tuloy, ang dami niyang naging bashers. You cannot expect strangers to understand what you are going through and be sympathetic all the time with your situation.

Hindi ba pwedeng sabihing napagod at may sakit lang ang utak mo nung mga panahong 'yun kaya ka TINOPAK? Hindi eh. Ang hirap talaga ipaunawa sa iba, lalo dahil wala nga tayong physical evidence. You cannot see through the skull para makita na may nangyayari nga sa ating brain kapag inaatake tayo ng ating KABALIWAN. Our abnormal behavior is our only indicator, so always watch out for it dahil dito tayo jina-judge ng mga tao sa ating paligid.

This is why **Stress Response System (SRS)** is very important. The SRS of a healthy brain can turn stressors into good stresses instead of bad. It also signals us when we are not feeling well in our thought processes which means we are having a bad-stress-day and we can tell ourselves that, *"Hey, we are not okay ATM, but don't fret, it is okay not to be okay all the time. Pahinga ko lang si brain saglit."*

The SRS of an unhealthy brain, on the contratry, may lead to a **negative thought processing that triggers our mental illness,** which if not addressed properly or detected early, can lead to a more serious repercussion in our life, relationships, and overall well-being.

Ikaw din kapag hindi mo pinakiramdaman ang lagay ng utak mo, baka ang video mo na nagwawala ka ang mag-viral next time. 'Wag mo nang paabutin sa ganung sitwasyon. Practice understanding your brain so you can change your life!

MENTAL ILLNESS The stigma of mental illness is that nag-iinarte lang ang taong may ganitong nararamdaman o kailangan mo ng sandamakmak na psychological exams at makakausap na experts bago mo masabing mayroon ka ngang nararamdamang kakaiba sa iyong pag-iisip[23].

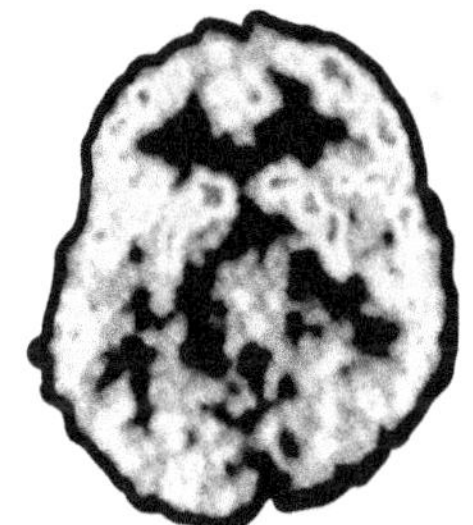

This image on the left shows a PET SCAN of a person in normal state of thinking. The two-toned shaded parts indicate activities and blood flow in the brain that we can control depending on our thought processing and how healthy our brain is[24].

Halimbawa nagpunta ka sa lamay. Syempre activated ang part of your brain that triggers empathy and understanding. Hindi yung bigla kang magpapatawa habang lahat ay umiiyak tapos mag-iingay ka na feeling mo ay nasa selebrasyon ka ng kasal at hindi nasa lamay ng patay.

Kahit naman siguro kaaway mo yung namatay at gusto mong magtatalon sa tuwa na namatay na siya eh dapat may hiya ka namang mararamdaman. Kaya asal nakikiramay ka pa rin kahit charot lang! Ganito ang tamang asal kapag nasa normal state ang iyong brain functions.

O kaya naman party pooper ka. Yung tipong may bisita ang asawa mo o anak mo tapos medyo nagalit ka sa gitna ng masayang party. Abaý magtimpi ka muna. Kasi kapag dun ka nagwala at pinahiya mo ang mga mahal mo sa buhay ay huwag kang aasa na madali ka nilang patatawarin o iintindihin. Kasi ang totoo gurl/bro, wala ka sa tamang hulog, ika nga.

It is normal to be sad and to cry due to a break-up, pero wag ka namang maglupasay na para kang namatayan dahil lang iniwan ka ng boy/girlfriend mo na two weeks mo pa lang naging jowa at nakilala mo lang sa internet at ni hindi mo pa nga nakikita nang personal. Gurl/bro naman! Mamaya filtered lang pala ang mga photos nun kaya mukhang K-pop idol. Umayos ka!

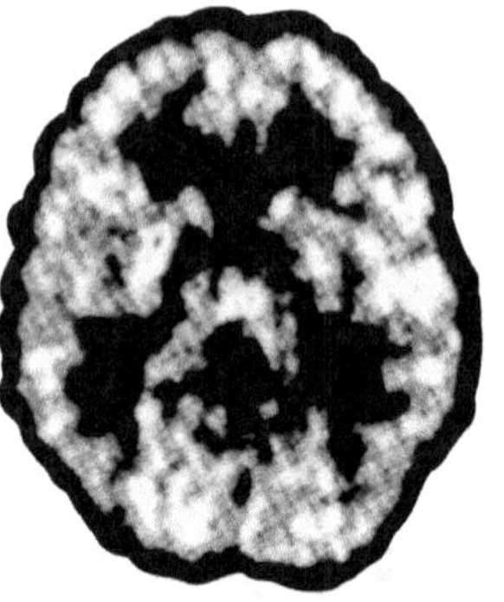

The image on the right is a PET SCAN of a person who is diagnosed with BIPOLAR disorder. Depressed siya pero hypermania. Ibig sabihin, sobrang active ng brain niya, (see only one-toned shade) pero walang blood flow (no 2nd tone shade) na nag-susupply ng oxygen sa kaniyang utak para maka-function nang maayos.

Kapag ganito ang nangyayari sa brain mo, posibleng masaya ka sa panlabas na impression ng mga tao sa paligid mo. Kasi ang lakas mong tumawa, clown at center of attention ka, ang dami mong ginagawa, sobrang busy-busyhan ka, kaya naman ang successful ng tingin ng tao sa iyo. Pero deep inside, you are suffering from depression (extreme sadness and loneliness) in spite of the seemingly busy and active brain of yours.

Kaya maling isipin na dahil mukhang masaya ang isang tao sa personal o sa mga posts niya sa Facebook, she/he is not in pain. Minsan yung sobrang saya nga, yun pa yung ang bilis mag-give up sa buhay niya.

I had one employee na sobrang ingay, mahilig mag-joke kahit wala na sa lugar. Dumating sa point na napipikon na rin sa kaniya yung iba niyang kasamahan sa department niya, so I decided to talk to her.

'Yun, biglang humagulhol. May problema pala sa asawang hiniwalayan niya. Alam kong may problema siya kahit tawa siya nang tawa dahil napapanot ang bumbunan niya kakabunot ng buhok dahil makati daw. Nang makaiyak na siya at magsabi ng nararamdaman niya, we prayed and talked about God's plan for her life, then I gave her a few days off to rest. Pagbalik niya, unti-unting nag-iba ang thought processing niya sa sitwasyon niya. Saka siya unti-unti na ring bumalik sa dati na hindi sobrang ingay at hindi nagbubunot ng buhok sa bumbunan niya.

Minsan hindi mo talaga kailangan agad ng gamot 'pag tinotopak ang utak mo. Minsan kausap lang na handang makinig sa iyak mo, pahinga, tulog, pagkain, tawa sa joke, at makarinig ka lang ng positive thoughts na may kasamang usapan patungkol sa pagmamahal ni God sa iyo eh nakagagaan na ng pakiramdam at nakawawala ng TOPAK.

This image on the left is a PET SCAN of an inactive person who is very much depressed. Nagkukulong sa kwarto at walang ganang lumabas ng bahay o makipag-sayahan. Ito yung mga taong wala halos blood flow at activities sa brain.

This is not an unfamiliar feeling for me. Mayroon din akong up and down moments. Kapag talagang wala ako sa mood, I induldge. May weekend na nasa veg-out (lie and wither like a rotten vegetable) mode ako. Yung tipong namantot na ako sa kahihiga ko dahil from morning 'til late at night eh hindi na ako bumangon, hindi nagluto, hindi naglinis ng katawan, at nanood na lang ng movie marathon sa cable or Netflix. Pero I give myself a maximum of three days to do this. Usually, mine always lasts for maximum of two days. After nun, I really pull myself (my brain)

together. Bakit three days limit lang dapat? Parang lagnat at ubo rin, kapag lumampas ng three days eh dapat antibiotic mo na yan, hindi na yan normal. Dapat magkaroon na ng brain intervention kumbaga. Otherwise, baka magtuloy-tuloy siya at maging mental disorder.

Kaya it's okay not to be okay once in a while. Wala ka sa mood, nasa topak mode ka, pero hindi naman ito yung mental disorder na dapat ka nang magpunta sa emergency room at magpa-confine. Ayos lang yun, wag kang mag-panic.

Nilalagnat ang brain mo, kaya nga mental illness eh, pero hindi ka pa naman umaabot sa punto na yung TOPAK mo sinisira na ang buong buhay at relationships mo. Ipahinga mo lang muna para gumaling kaagad bago lumala.

Ang nakaka-frustrate lang ay yung walang term o tawag sa sakit ng isip bago ito maging mental or psychiatric disorder. Ano yun, biglang tinopak ka lang momentarily may mental disorder ka na agad? Agad? Agad agad?!?!

Bakit yung lagnat may sinat muna bago maging full blown

na sakit? Bakit yung ubo, may kati ka muna sa lalamunan at may hingal ka muna bago siya magkaroon ng plema at maging ubo? Bakit yung mga paunang sintomas ng sakit natin pwedeng bigyan ng first aid na mabibili sa drug store over the counter pero yung napapagod na isip wala?

Unless we change our perspective about mental illnesses and stop labelling them immediately as disorders, lagi tayong maghihintay na lumala ang pagbabago ng ugali at isip ng isang tao bago natin tuluyang bigyan ng paunang lunas ang nararamdaman nila.

Hindi ba pwedeng unang episode pa lang ng lungkot, galit, o takot ay mayroon na tayo kaagad alert signal or tool na magagamit natin to assess kung anong degree ang mental illness natin so we could salvage the situation and prevent turning such into mental disorder?

How about understanding why our brain is sick in the first place? Saan ba galing ang topak natin, sa external stressors lang ba? Kung ma-solve ba lahat ng problema ng isang tao, automatic na exempted na siya sa pagkakaroon ng mental breakdown? Hindi rin.

Si Willow Smith, anak ng sikat na mag-asawang Will Smith at Jada Pinkett na nagsabing at one point in her life, she cut herself[25], at sina Kate Spade at Anthony Bourdain na halos sabay nagpakamatay[26], sila yung mga taong wala nang mahihiling pa sa buhay dahil nasa kanila na ang lahat. Yet, ilan lamang sila sa mga sikat at mayayamang taong on top of the world na nagpakamatay o nanakit ng kanilang sarili.

I'm sure may mga problema at stresses ang mga taong ito. Kaya lang, how sick are their brains to think of ending it all? At bakit lumala at hindi naagapan? Siguro kasi hindi natin pinag-uusapan.

The price of silence is very high when it comes to mental health issues. We don't always talk about it. Kasi naman it's uncomfortable to talk about the drama and trauma of our lives. Such conversation requires deep connection and understanding of each other to become meaningful and helpful. That's why I wrote this book. Tara, pag-usapan natin!

Now we know na magulo talaga ang mundo natin. It is the ideal and promised world afterall. Kaya lang 'wag kang makipagsabayan sa kabaliwan ng mundong ito; ikaw lang ang matatalo. Kung naniniwala kang may life after death, isipin mo na lang na temporary ang buhay mo sa mundong ito at mayroon tayong better place na pupuntahan pagkatapos. Kung hindi naman, let's agree on scientific studies that stress and stressors are deadly, lalo kung hindi mo naprosesong maigi. Buhay ka nga sa mundong ito pero napaka-miserable mo naman.

Kaya dapat nating bantayan ang ating Stress Response System (SRS) in order to turn our bad-stress-day to a good-stress-life. We don't want to end up ignoring our mental illness until they become a full blown mental disorder. By then, it's too late.

Maybe in openly talking and paying attention about mental health, we can develop personal coping mechanisms that will help us assess our current situations and give ourselves first aid bago pa tayo magpakunsulta sa mental health professionals at bago pa tayo tuluyang lumala.

Kaya naman, we MUST know our brain so we can change our lives. In doing so, hindi tayo madaling ma-di-distract at ma-de-destruct nang nakababaliw na mundong ito.

PART III:
BIOPSYCHOSOCIALSPIRITUAL MODEL

According to the book of Dr. Daniel Amen - "Change your Brain, Change your Life", whenever he has a patient, he always views the patient as a complete person and not just walking and talking symptoms[27].

Ibig sabihin, kapag may na-encounter tayong tao, whether malapit sa atin o bagong kakilala, na parang may weird na pag-uugali o may kakaibang TOPAK, **hindi tayo basta-basta dapat humuhusga sa taong iyun.** Kasi posible na mayroong **apat na bahagi ng pagkatao niya ang dahilan kung bakit siya may TOPAK.** Pwede ring noong araw lang na iyun (short-term) or long term na ang kakaiba niyang ugali. In doing so, our deeper understanding of people can help us relate with anyone and also develop our people-person skill.

Ano ano ang apat na posibleng sources ng pagkakaroon ng mental health issues ng isang tao?

BIOLOGICAL	- The way our brain is wired and functions accordingly. (NATURE)
PSYCHOLOGICAL	- The way our brain thinks through external training or self-perception. (NURTURE)
SOCIAL	- The way our brain interacts with others. (#SQUADGOALS)
SPIRITUAL	- The purpose of our brain and how it interprets the meaning of our life. (SOULFUL)

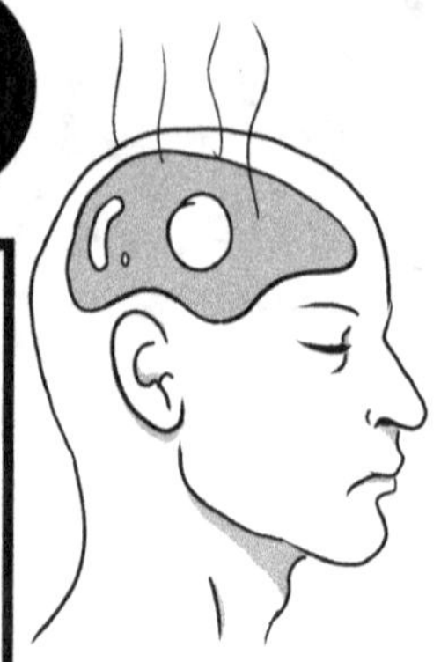

BASAG ANG PULA. IT'S A TERM KNOWN DURING THE 80'S AS SIRA ULO. IT WAS COINED FROM AN EGG YOLK NA KUMALAT PAG BINASAG MO ANG ITLOG.

Today, let me use "basag ang pula" to mean na hindi maayos ang blood at oxygen flow ng isang tao sa utak niya. This situation affects his/her way of thinking and behaving which is most often than not, unacceptable with other people.

Imagine yourself being super thirsty. Sa sobrang dehydrated mo eh tuyong tuyo na ang labi mong bitak-bitak. Ganito ang pakiramdam ng brain na halos walang blood flow and oxygen na dumadaloy. Kaya in between brain dead and cardiac arrest, mas fatal ang brain dead. Dahil ang pusong hindi tumitibok mag-isa, pwede pang gamitan ng machine[28], pero ang patay na utak walang machine na pwedeng magbigay buhay.

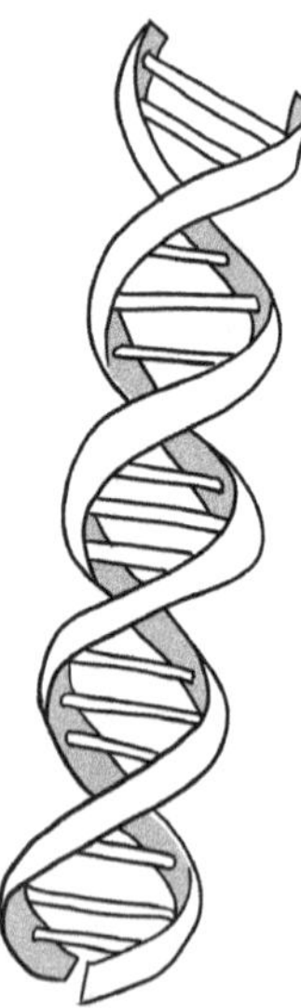

Genetic predisposition such as namamanang mental disorder from your parents[29] is one example of biological issues affecting the functions of your brain.

It is learned that you can inherit depression, alcoholism, and other mental illnesses from your relatives.

I used to have a neighbor who removes her clothes and walks the streets butt-naked every time she has her monthly period. Her husband, na nasanay na, ay bantay sarado sa kaniyang asawa tuwing may PMS (Premenstrual Syndrome) ito. This behavior runs in her family, namana niya sa lola niya at isang tita. After ng regla naman, back to normal na ulit ang kapitbahay ko.

Premenstrual Syndrome (PMS) is a part of women's biology. It causes a shift or imbalance in female hormones which in turn alters how their brain functions and subsequently affects their behavior. So may mental disorder ba agad ang mga babae? Wala naman, tinotopak lang talaga kami ilang araw kada buwan. Pasensya naman!

Brain injury can also alter the wiring of your brain. Kaya naman makikita ang mental illness sa mga football players, boxers, at mga taong na-involve sa accidents na nadamage o nauntog ang kanilang ulo.

I had one employee who was involved in a car accident. She hit her head so hard that several days after the accident, in spite of the treatment, nagbago talaga yung ugali niya. Such change in her behavior led her to lose her job. Hindi sobrang laki ng pagbabago, it was very subtle but very fatal in her tasks dahil ang dami niyang nakalilimutan, ang ikli ng pasensya niya, at bumaba ang energy niya sa trabaho. Hindi rin siya maka-concentrate. She approved the release of an important document kahit hindi naman dapat i-release. When asked to recall the incident leading to her decision, hindi niya ma-recall. Nakupo! Hindi siya talaga pwede sa trabaho niya 'pag ganun, so we had to let her go.

LIFESTYLE

Eating, drinking, and sleeping habits also affect the biological make-up of our brain. It is noted na ang batang malnourished at napabayaan ay may maliit na brain formation kaysa sa batang nabigyan ng attention ng mga nag-aalaga.

Kumail Nanjiani, a famous comedian, once said in an interview, "The only emotion that men feel comfortable expressing is ANGER. I was very angry the other day for the whole day and then in the evening I drank water and viola, I felt fine. I wasn't angry, I was just thirsty and being angry is my way of expressing how thirsty I was."[30].

Yung uhaw ka sa tubig may effect sa brain mo, mas lalo yung uminom ka ng alak o inabuso mo ang pag-take ng drugs. Kapag bangag or lasing ka, nagbabago ang reality mo at nagbabago ang ugali/aksyon mo. Bakit? Nag-introduce ka ng ibang chemical sa body system mo, so natural na may chemical reaction ang katawan mo dito which affects the function of your brain.

Ang gutom at puyat din ay may biological reaction sa ating pag-iisip. 'Pag gutom ka ang bilis mag-init ng ulo mo at ang ikli ng pasensya mo. 'Pag puyat naman biglang ang taas ng sensitivity at ang bilis mong malungkot. Kaya yung

puyat minsan dinadaan sa kain nang marami, tapos yung gutom minsan ginagamot ng sex. May kulang na hinahanap ang katawan kaya naman nag-cocompensate sa ibang alternatives.

Kaya kung pwede 'wag masyadong i-romanticize ang mental illness, baka naman gutom lang. 'Wag ninyo rin namang i-underestimate kasi baka effect pala ng head injury na hindi ninyo pinansin as serious. Mas maganda, bago mag-judge ng tao, kilalanin at alamin muna ang kaniyang kwento.

PSYCHOLOGICAL: THE WAY OUR BRAIN THINKS (NURTURE)

Scripting. Parang artista lang tayo at ang buhay natin ay isang pelikula. Bata pa lang tayo ay binigyan na tayo ng script ng mga taong nagpalaki at nag-alaga sa atin. Kung paano ka kumilos, magsalita, at mag-behave ay base sa script na itinuro sa atin, na-acquire natin, at na-proseso natin on our own.

Sa likod ng isang batang bully ay batang na-bully. Yun ang script na kinalakihan niya. Sa bahay nila ay grabe ang asaran. Kapag napikon ka, talo ka. So pagpasok ng bata sa school, akala niya yun din ang script na hawak ng mga kaklase niya, thus ang lakas din niyang mang-asar.

Sa likod ng isang clown ay batang pinalaki sa pamilya na walang ginawa kundi magtawanan. Yun ang script niya, yun ang bitbit niya, at na-develop niyang paraan ng pag-iisip para makihalubilo sa mga tao o pwede ring para makalimutan ang mabibigat na problema.

Kung hindi biological ang issue ng isang tao kaya siya umaasal the way he/she does, malamang psychological ang issue niya. Dig into such issue.

Hurt people hurt people. Kapag naka-encounter ka ng taong sobrang insensitive sa feelings ng iba, hindi naman automatic na may Asperger Syndrome ang taong 'yun at dapat mong ipagamot sa psychiatrist. Pwede namang defense mechanism ng isang tao ang manakit ng kapwa dahil may mga taong nanakit rin sa kaniya (trauma) o kaya gusto nyang pagtakpan ang mga insecurities niya sa kaniyang sarili.

There was a viral video of a tourist who punched a sexy woman while coming out of a coffee shop. It was found out that the tourist grew up in a country with very conservative teachings about women. Kaya nung nakita nung lalaki yung babaing nakapalda na maikli, hindi niya napigilan ang sarili niyang sapakin ito. May mental illness ba yung turista? Sure, pero hindi dahil biologically incapable siyang mag-isip ng tama at mali, he was just psychologically trained to have other views about women not similar to yours.

Aaron Beck fathered Cognitive Behavioral Therapy (CBT). Ito yung paraan para ma-improve mo ang ugali mo (behavior) base sa pagbabago mo ng iyong mindset (cognitive). Kahit maayos ang blood flow at oxygen sa brain ng isang tao, wala man siyang problema sa brain biologically, posible namang ang training ng kaniyang pag-iisip ay puro negative scripting at hoarding traumatic experiences. This might give a person negative presupposition in life which can affect his thought processing. Kapag ganito, the source of the mental health concern can be psychological instead of biological.

POSITIVE SCRIPTING

SOCIAL: THE WAY OUR BRAIN INTERACTS WITH OTHERS (#SQUADGOALS)

IMPRINTING. Ito yung proseso ng PAGTATATAK ng unang bagay na pumasok sa isip at puso mo. Madalas itong nangyayari sa mga hayop gaya ng ibon. Kapag lumabas sila sa egg shell, ang unang object o presence na makikita nila ang tatatak sa kanila bilang caregiver or love provider nila.

Gaya ng kwento ni **UGLY DUCKLING,** dahil mother duck ang una niyang nakita nung na-hatch siya, akala niya yun ang nanay niya. Yun pala eh swan siya, kaya pala iba ang itsura niya sa mga kapatid niyang ducks. Nagconform yung swan sa kilos, ugali, at galaw ng mga ducks kasi yun ang kinagisnan niyang social situation. Later in life niya na-realize na maling crowd pala ang nasamahan niya at finally eh na-reunite siya sa totoo niyang pamilya. Minsan sa buhay, ganun din tayo. We try hard to fit in with others even if it means operating outside our nature or nurture.

Have you met a person na kakikilala mo lang kanina pero feeling mo magbestfriends na kayo? O kaya naman ay sobrang attracted ninyo sa isa't isa dahil may "chemistry" kayo together? Uuuy feeling na-love at first sight. Kasi your brain waves are super compatible that communication is very easy, kaya ang sarap magtitigan ng malagkit. Syempre the opposite can also happen. Mayroon ka namang bagong na-meet na tao na wala namang ginagawa sa iyo pero kumukulo ang dugo mo sa kaniya. O kaya naman mayroon kang sinasamahan na tao who brings out the worst in you pero for some reasons hindi mo siya maiwan-iwanan. **Such is the power of IMPRINTING.**

Balikan natin si Patrick, yung sikat na Tiktok Youtuber pero nag-ka-cut ng sarili. Our further talks revealed that his drug-addicted brother torments him at home, so I met with his parents and they decided to separate the brothers. This helped Patrick as he slowly learns to trust people and openly communicates with them. Eventually, the urge to cut himself also subsided.

Ang social anxiety ni Patrick ay hindi dahil biologically, his brain is wired wrong o dahil psychologically, he is making himself scared. The threat was real; it was brought about by his social network.

> MINSAN KAPAG FEELING NATIN EH NAGMEMENTAL BREAKDOWN NA TAYO, JUST LOOK AROUND THE PEOPLE YOU ARE WITH, BAKA MAY ISA DOONG NAGIGING DAHILAN KUNG BAKIT KA MAY MENTAL BREAKDOWN. AS MUCH AS POSSIBLE, STAY AWAY FROM TOXIC PEOPLE SO YOU CAN BE THE BEST OF WHO YOU ARE FOR YOUR OWN SAKE.

Who is the person who brings out the worst in you?_______________
Who is the person who brings out the best in you?_______________

SPIRITUAL: THE PURPOSE OF OUR BRAIN & THE MEANING OF OUR LIFE (SOULFUL)

Bored. Kung nakababaliw ang sobrang dami ng problema sa buhay, eh mas nakababaliw din yung sobrang hayahay ang buhay mo at ni wala kang ka-proble-problema.

> AN IDLE MIND IS THE DEVIL'S WORKSHOP.

Simply put, if we have nothing to do, our mind turns to evil thougths. Dun ka nagsisimulang maging BALIW, your Brain's Attitude Leading In (your) Wickedness.

Imagine having everything at such a very young age. Famous parents who give you everything they want you to have even if you don't ask for them, like fame that you don't earn, deserve, or need. Combine this with superficial personal interactions and relationships with people, even your family. On top of this, you don't have to do anything, people don't need you to do something for them, you just have to exist and be cute. **Life as easy as this can be deadly to your over-all well-being.** It can make you feel like God, untouchable. 'Di ba ganito nagsimula ang pagka-cut ni Willow Smith (anak nina Will Smith at Jada Pinkett) sa sarili niya[25]?

Juicecolored! Ayaw ko naman ng buhay na ganito. Walang ka-challenge-challenge!

Tatlong bagay lang ang gusto ng lahat ng tao. Gusto nating maging **masaya,** maging **successful** (however way you want to define this), at maging **significant.** Among the three, ang buhay na mayroong saysay para sa sarili mo at para sa iba ang mas satisfying i-achieve dahil dun pa lang pwede ka nang sumaya at maging successful.

Minsan wala naman talagang mental health issues ang isang tao. Bored lang siya sa buhay niya kaya kung ano-anong kabulastugan ang ginagawa niya resulting to disorders in his/her life. Ang dami kasing time at wasted energy na hindi mailabas sa tamang channel.

Why is finding purpose very closely related to being SPIRITUAL? **If your purpose in life intersects with helping others, you will FIND GOD at the center of such intersection.**

WHEN YOU FIND YOUR PURPOSE IN LIFE (THROUGH BEING SOULFUL), KAYA MONG BAGUHIN ANG BIOLOGICAL WIRING NG BRAIN MO (THROUGH HEALTHY LIVING), I-RE-SCRIPT ANG LIFE STORY MO (THROUGH POSITIVE SCRIPTING), AT SUMAMA SA MGA TAONG MAGLALABAS NG BEST VERSION OF YOURSELF (THROUGH #SQUADGOALS).

See? I told you, you just have to know your brain so you can change your life through looking deeply into BioPsychoSocialSpiritual aspects of your well-being.

Tara, himayin pa natin isa-isa. This way, my hope will come true, that as you read this book, your life will start to change (for the better) too.

PART IV: YOUR BRAIN (DISSECTED)

As we look deeper into your brain and its functions, understand that there are five parts of your brain that predominantly handle your basic emotions. These emotions form your persona and influence your behavior.

- **A. LIMBIC SYSTEM** – Center of emotion, specially love, happiness, and motivation
- **B. BASAL GANGLIA** – Integrates the emotion into motor body movements
- **C. PREFRONTAL CORTEX** – Center of maturity, focus, and control
- **D. ANTERIOR CINGULATE GYRUS** – Processes cognitive flexibility like shifting ideas, and adapting to changes
- **E. TEMPORAL LOBE** – Stores intermediate and long term memory and the seat of spiritual experiences

Ganito lang ang gagawin natin. Pag-uusapan natin ang bawat gamit at problema ng limang bahagi ng utak natin na ito. I-assess mo ang sarili mo kung saan sa limang parts ng brain na ito ikaw nagkaka-problema.

Sa ganitong paraan mas lalo mong makikilala ang sarili mo at malalaman mo kung anong bahagi ng brain mo ang dapat mong alagaan at bantayan para maiwasan mo ang mental breakdown or maagapan mo ang sumpong ng iyong TOPAK.

I-rate ang mga sumusunod na pangungusap gamit ang **0 – hindi, 1 – madalang, 2 – paminsan-minsan, 3 – madalas, 4 – sobra sobra.** Pagkatapos ay bilangin mo kung ilang sentences ang may rate na 3 or 4. Kapag higit sa limang items ang nabilang mo, dito sa bahaging ito ng iyong brain mayroon kang issues na dapat mong ayusin.

How many items are with 3 or 4 rating?____

Limbic system is the major primordial brain network that is responsible in building up the foundation of our emotion[31].

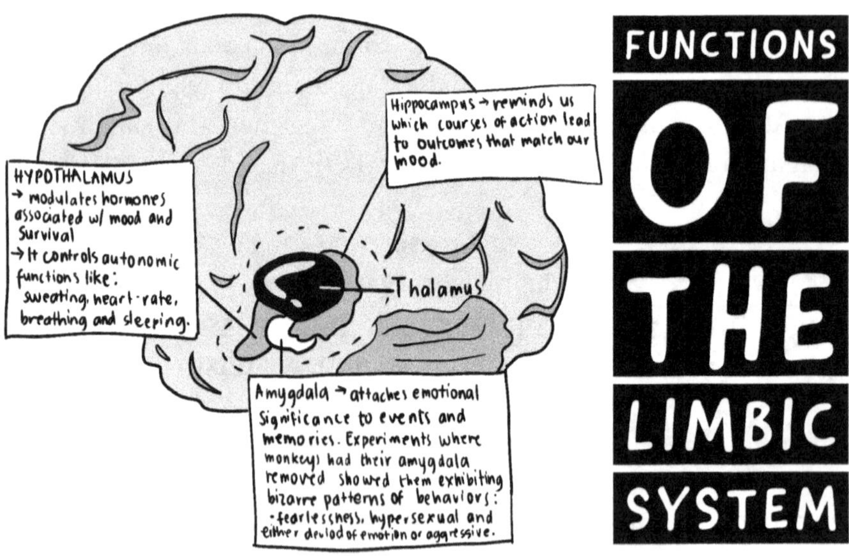

Ang unang pasok ng pinaka-matinding emosyon na mararamdaman mo (conscious or unconscious) ay i-po-proseso sa limbic system mo.

Kahit yung nananaginip ka na malalaglag ka sa building at ang unang pumasok na emosyon na naramdaman mo ay takot, limbic system ang nagbigay kulay, tono, at pangalan sa emosyong iyan. Dito rin nangyayari ang desisyon mo kung ire-retain mo sa isip mo o itatapon mo ang memory ng isang event/tao na nagbigay sa iyo ng naramdaman mong emosyon. Kaya mayroong mga panaginip tayong na-aalala natin after nating magising at mayroon namang deadma kasi wala lang. It all depends on how deeply connected we are emotionally with our dreams.

> IF THE EMOTION IS TOO STRONG, THE EVENT GETS IMPRINTED IN OUR MEMORY WHICH IN TURN FORMS THE FOUNDATION OF OUR **IDENTITY, PREFERENCE, AND PERSONALITY.**

A friend of mine loves Maggi Chicken Noodles. Ayaw niya ng iba, kahit Lucky Me pa 'yan o Payless, basta dapat Maggi. Through our convo, nalaman ko na noong bata pa siya, natrauma siya sa baha dahil gutom na gutom sila at ginaw na ginaw habang nasa evacuation center. Nang dumating ang supply ng pagkain at relief goods, Maggi ang kinain niya na nagbigay sa kaniya ng warmth at comfort. Simula noon, na-imprint na ito sa kaniya, na ang pinakapaborito niyang noodles ay Maggi at wala nang iba. Kaya ito ang palagi niyang binibili sa grocery. Oh 'di ba, ang galing na marketing strategy! Kaya todo bigay ang mga brands na ito kapag may trahedya kasi tumatatak sa puso at kaluluwa ang comfort at relief na dulot nila.

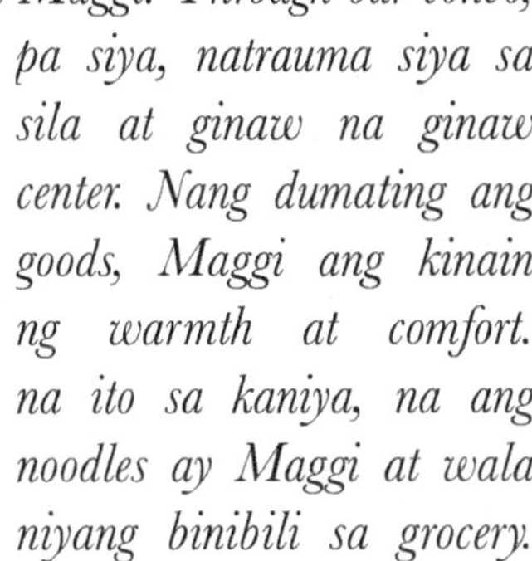

In simple ways, we can get too attached with things, events, and situations. Even so when our strong emotion leads us to get attached with another human being (or even pets) through forming relationships.

A friend in College didn't like basketball. Pero dahil wala kaming magawa kapag vacant period namin, napipilitan kaming manood ng basketball games sa covered court ng campus bilang pampalipas ng oras at dahil wala rin kaming ibang matambayan. In one game, nakita niyang naglaro ang classmate naming bubugoy-bugoy sa klase. Habang naglalaro, biglang nagmumukhang gwapo at super hot ni bugoy kasi halimaw sa galing magbasketball. Simula nun, na-imprint na sa friend ko ang basketball kasi naging emotional event ito sa kaniya. Lalo na nung naging sila ni bugoy. Kaya kapag na-mention ang basketball, naku po! Grabe ang daloy ng dugo at oxygen sa limbic system ng friend ko, kaya ang saya-saya niya.

Hindi lang event at tao ang na-i-imprint ng limbic system sa isip natin, pati amoy. We can either smell good things as bad or vice versa depende sa lakas ng emosyong naramdaman natin when we smell something.

Kung ang mga hayop ay gumagamit ng sense of smell para makahanap ng sexual partner, tayong mga tao ay unconsciously na-a-attract rin sa kapwa natin depende sa amoy nila, kahit pawis pa ito.

> **STUDIES SHOW THAT MALE SWEAT CAN DRIVE A WOMAN CRAZY ESPECIALLY IF THE SMELL IS HIGHLY ASSOCIATED WITH OR SIMILAR TO THE SMELL OF A MAN (EX. FATHER) IN THE FAMILY WHO FIRST IMPRINTED LOVE, PROTECTION, AND SAFETY TO THE WOMAN.**

Of course not all fragrance is welcoming to the limbic system. The smell of burning can trigger post-traumatic stress to a person who experienced fire. I know someone who hates the smell of adobo dahil ito ang naaamoy niyang niluluto ng mama niya nang umalis at iniwan sila ng papa niya para sumama sa ibang babae.

LOVE AND SEX IN THE LIMBIC SYSTEM

The female limbic system is bigger than the male's. Kaya naman mas matalas ang pang-amoy ng mga babae at mas in-touch sila sa kanilang mga emosyon. This overwhelming emotional feeling makes women a nurturer in nature and easy to bond with others. Yun lang, ito rin ang dahilan kung bakit iyakin o sobrang emo ng mga babae.

On the other hand, it is not easy for a man to tap into his emotions dahil bukod sa mas maliit ang limbic system ng lalaki kaysa sa babae, super hyperactive naman ang hypothalamus ng lalaki kaysa sa babae. Hypothalamus is a part of the limbic system, and its functions include regulating sex drives.

Kaya naman while a woman in love imagines bonding moments such as holding hands, cuddling, and nurturing her man, the man in love has sexual fantasies about his girlfriend. Does this make a man pervert?

Nope, men are biologically designed to think and behave this way. They always think that sex is part of loving process.

ONE NIGHT STAND. KAYA NG LALAKI NA MAKIPAG-SEX SA BABAE TAPOS WALA LANG AFTERWARDS. PERO IT IS ALMOST ALWAYS IMPOSSIBLE FOR A WOMAN TO HAVE SEX WITH A MAN NA HINDI SIYA NA-AAPEKTUHAN EMOTIONALLY AFTERWARDS.

The limbic system is the seat of our happiness and reward system. A man can change for a woman after a very satisfying sexual encounter, ito ang love language ng lalaki eh (physical touch). Pwede niyang i-give up ang bisyo niya o gawin ang i-utos ng babae for as long as the limbic system is fully satisfied at may reward na nakukuha

mula sa babae.

Don't worry, ikain at itulog mo na lang ang frustration mo dahil sa LIMBIC SYSTEM din na-re-regulate ang masarap na tulog at magandang appetite. Kaya pansinin mo ang babae na broken-hearted, either kakain para mawala ang lungkot o kaya naman ay mawawalan ng ganang kumain dahil feel na feel ang pagdadrama sa buhay. Tapos ang mga lalaki kapag may mabigat na problema, dinadaan sa tulog, kasi ayaw muna isipin ang lungkot.

PROBLEMS IN THE LIMBIC SYSTEM

Dahil ang limbic system ang sentro ng ating pagiging masaya lalo kapag fully satisfied tayo in the areas of sleep, food, bonding (love or sex), etc., ito rin ang sentro ng DEPRESSION and SADNESS kapag hindi maayos ang daloy ng dugo at oxygen dito.

WHAT CAN TRIGGER THE LIMBIC SYSTEM TO FUNCTION ABNORMALLY?

Balikan mo ulit ang apat na areas ng buhay mo. Biological ba? Baka puyat, kulang sa food, may na-take na gamot na nagbigay ng chemical imbalance sa brain, or na-involve sa isang accident resulting to head injury.

Posible ring psychological and social ang dahilan ng iyong DEPRESSION. Ang dapat mong bantayan ay ABANDONMENT issues at SEPARATION anxiety.

Yung paniniwalang mawawala ang mahal, pagmamahal, at taong mahal mo ang posibleng magbigay sa iyo ng matinding kalungkutan. Psychologically, pwedeng may insecurity ang isang tao sa sarili niya at feeling niya ay hindi siya deserving mahalin. Such can cause internal turmoil which can lead to overcompensation in relationships. This is exhausting, BTW. O kaya naman ay palagi kang tensed sa relationship mo kaya kahit totoong mahal ka ng mga tao sa paligid mo eh hindi mo maramdaman kaya in doubt ka palagi.

The most common situations that cause the limbic system to overwork include break-ups or death of a loved one. When such happen, the LIMBIC SYSTEM will work hard to understand what is going on and the feeling of great loss can become overwhelming that sadness and depression creep in until eventually, you get stuck in the negative emotion and won't move on.

Ayan ha, kapag na-stuck na tayo sa depressive mood, posible tayong mag-isolate ng ating sarili. Iniwan na nga, gusto pang magkulong sa kwarto at mag-solo, mas lalong lalala ang depression. Ang iba naman ay naging sobrang maingay at takot mag-isa while having depression. Pinagtatakpan ng sobra-sobrang halakhak ang totoong lungkot na nararamdaman. Depression can also be the reason for the underlying hatred of a person, dinadaan niya sa galit at paghihiganti ang lungkot na totoo niyang nararamdaman sa pakikipaghiwalay ng isang taong minahal niya nang husto, kaya nga may mga kaso ng crimes of passion.

Lita (not her real name) hired Eula (not her real name) and saw her potential immediately. In time, Lita made Eula her protegee. As Lita succeeded in her career, so did Eula. Sa tuwing mapo-promote si Lita, si Eula ang ni-re-recommend niya sa management para pumalit sa dati niyang posisyon.

As years went on, the two started to have a professional falling out. Gusto nang kumawala ni Eula sa guidance ni Lita. Si Lita naman ay nakukulangan pa sa charater formation ni Eula. While Lita was very logical, Eula was very emotional. May issue si Eula sa kaniyang limbic system na nagiging dahilan para maging unprofessional ito at times, lalo sa pakikipag-relasyon sa mga empleyado. *Palaging pinapa-alalahanan ni Lita si Eula na bantayan nito ang emosyon dahil kung hindi ay papalpak ito sa trabaho.*

True enough, a very emotional decision na hindi pinag-isipan ng husto ni Eula ang naging dahilan kung bakit natanggal siya sa trabaho. Eula felt betrayed by Lita dahil ito ang nag-investigate ng kaso niya. Inisip ni Eula na si Lita ang nag-recommend sa management na tanggalin siya sa trabaho.

Sobrang na-depress si Eula nang umalis siya sa kumpanya. Lahat tuloy ng nangyayari sa buhay niyang masama after nito ay kay Lita niya sinisisi.

A year later, Eula found another job. Pero hindi pa rin siya maka-move on at patuloy pa rin niyang ini-stalk si Lita at ang dati niyang kumpanya. Ayaw niyang makarinig ng success stories tungkol sa dati niyang boss. At sa bawat pagkakataon na masisiraan niya ito ay gagawin niya. Walang ginawa si Eula buong araw at gabi kundi isipin kung paano siya makagaganti. Gusto niyang bumagsak din si Lita gaya ng ginawa nito sa kaniya.

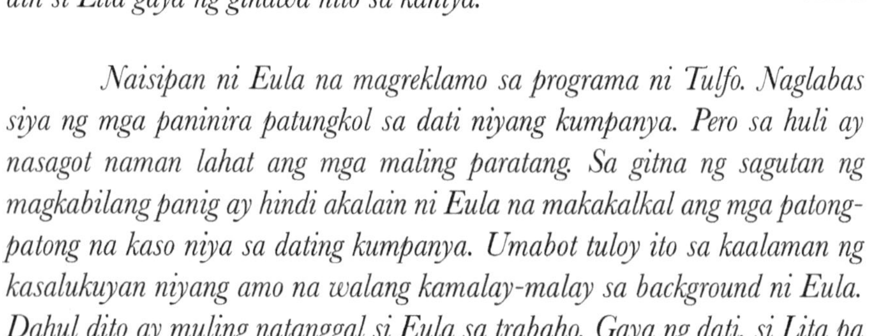

Naisipan ni Eula na magreklamo sa programa ni Tulfo. Naglabas siya ng mga paninira patungkol sa dati niyang kumpanya. Pero sa huli ay nasagot naman lahat ang mga maling paratang. Sa gitna ng sagutan ng magkabilang panig ay hindi akalain ni Eula na makakalkal ang mga patong-patong na kaso niya sa dating kumpanya. Umabot tuloy ito sa kaalaman ng kasalukuyan niyang amo na walang kamalay-malay sa background ni Eula. Dahil dito ay muling natanggal si Eula sa trabaho. Gaya ng dati, si Lita pa rin ang sinisi niya.

Kinulong ni Eula ang sarili niya sa galit kay Lita pero ang totoo, it's all an act of a depressed person. Kailangan ni Eula na dumaan sa matinding healing process para tuluyan nitong maturuan ang limbic system niya na kumawala sa sobrang lungkot. Kasunod nito ay mawawala na rin ang galit ni Eula sa puso niya.

Hindi lang break-up sa lovelife ang nakaka-depress. Minsan, pati sa kaibigan o katrabaho. Kaya maraming mga taong galit na galit sa kanilang dating boss on a personal level at hindi maka-move on. Samantalang professional level naman ang relationship na mayroon dapat sila. Walang personalan, trabaho lang kasi dapat!

In this note, let's not easily dismiss or judge people with depression, dahil marami itong mukha gaya ng malungkot, masaya, at galit.

Basta kahit paano mo man i-manifest sa buhay mo ang depression mo, isa lang ang conclusion dun, may mali sa functions ng iyong limbic system at ito ang dapat mong unang ayusin.

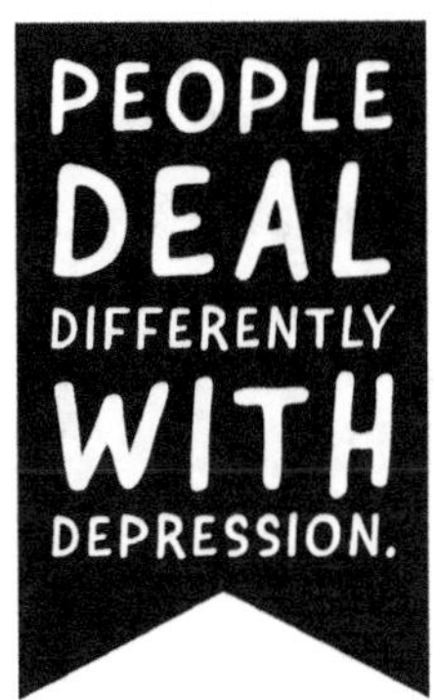

Newly weds who spent the best honeymoon together will both have LIMBIC SYSTEMS in high heavens because of the sweet emotions they felt that night. Now imagine being violently raped. Your LIMBIC SYSTEM will give different colorings of emotions about sex and it will not be as pleasant and pleasurable. Such is the power of TRAUMA in one's limbic system.

Take for example the case of Val (not his real name). Boy next door si Val, gwapo, at very responsible pa kaya naman habulin ng mga chicks. Sa trabaho ay nakatandem nito si Ed (not his real name) at sanggang dikit ang dalawa. Best friends for life ika nga.

Nang mabuntis ni Val ang on and off girlfriend nito ay nagkaroon ng personal crisis si Val. Bigla itong nawalan ng mood sa work at sa sobrang depressed ay nakapagsabi itong gusto na nitong magpakamatay.

Nang kausapin ko si Val nang masinsinan ay umamin itong magkahalong saya at takot ang naramdaman niya nang malaman niyang magiging tatay na siya.

Masaya siya for obvious reasons pero takot siyang mawala si Ed sa buhay niya. May lihim pala silang sexual relationship ni Ed at kahit tanggap nitong may ibang babae si Val sa buhay niya, natatakot si Val na baka makipaghiwalay si Ed sa kaniya kapag nalaman nitong nakabuntis siya. In fact, mas takot siyang mawala ang love ni Ed sa kaniya kaysa ang love ng girlfriend niya, bagay na lalong nagpa-confuse sa feelings ni Val.

I wasn't shocked with his revelations. May mga bulong na kasi na hindi lang normal bromance ang mayroon sa dalawa, lalo at housemates pa sila. Although open si Ed sa kaniyang homosexuality, dahil may girlfriend naman si Val, I still gave him the benefit of the doubt. Pero kinumpirma pa rin ni Val sa akin ang matagal ko nang hinala.

As I probed deeper, I learned Val's background story. He grew up as a typical super straight guy, laking probinsya, late bloomer, at super conservative. In college, he befriended his adviser, Mr. X (not his real name). This teacher took care of him like a father, big brother, and a mentor. In other words, Val felt loved whenever he was around Mr. X. Val initially resisted the sexual advances but eventually enjoyed the love of Mr. X and the time he spent with him.

The truth is, Mr. X is a sexual predator who preys upon his students' vulnerability. He should not be teaching in school, to be honest. *Although still in touch with each other, Val eventually moved on after graduation.*

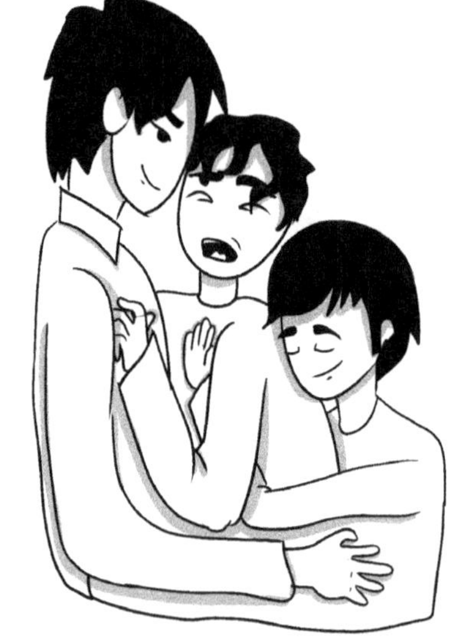

Similar to Helsinki Syndrome[33], Mr. X captivated Val psychologically and socially hanggang sa pinagtatanggol na ni Val sa akin ang mga maling ginawa sa kaniya ni Mr. X physically and emotionally. Val was imprinted with such powerful emotions from Mr. X that he patterned his relationship with Ed in the same manner.

In between having girlfriends and Ed around, Val has been living a much darker life. He paid for and also got paid for having sex with other men. He said that he couldn't stop himself from living a double life. Having sex with any gender gives him an extreme and addictive high. In the process, he became super confused of who he is and what he wants in life to the point that he wanted to kill himself. The reality of becoming a father and at the same time, the possibility of losing Ed hit him hard. Such thoughts fueled his depression. Ang totoo, ang ugat ng depression ni Val ay malalim na trauma.

As of this writing, I haven't heard from Val since he already resigned. I always pray for him, that he may be able to find his peace and courage to face his fear of losing the love of someone, and in return reveal who he is to others, most especially to himself.

At least now you know that by simply assessing your emotions and looking deeper into your psyche, you would know that your brain is not always healthy and in need of utmost care.

Awareness is truly the key. Kapag mayroong trauma ang balat mo, nagpapasa, at visible na nakikita mo ang cause ng pain. As the bruise fades, you know the pain will slowly go away. Pero iba kapag mental trauma; hindi visible kaya hindi mo makita. Yan tuloy, at a loss tayo madalas sa ating inner pain kasi hindi natin makita na hindi na pala humihinga ang limbic system natin dahil walang dumadaloy na blood at oxygen dito.

BIOPSYCHOSOCIALSPIRITUAL THERAPY

"Hala, ako ito! May problema ang LIMBIC SYSTEM ko. Paano na yan? Anong dapat kong gawin?" O 'wag kang mag-panic. In the latter part of this book, we will discuss various do-it-yourself (DIY) first-aid to help yourself in times of your TOPAK attack.

BASAL GANGLIA (BG)

I-rate ang mga sumusunod. Sundan ang ginawa sa LIMBIC SYSTEM assessment sa naunang mga pahina.

How many items are with 3 or 4 rating?____

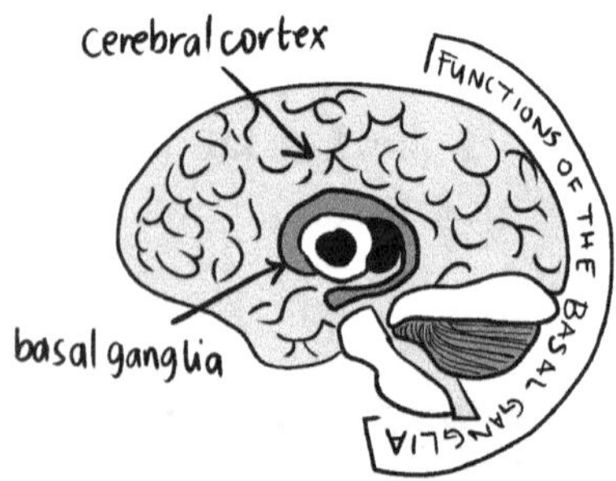

Kung ang LS ay sentro ng love at happiness, ang predominant emotion na kino-control at pinoproseso ng **BASAL GANGLIA (BG) ay fear or anxiety with PHYSICAL MANIFESTATIONS** dahil sentro ang BG ng body motor movements.

Kapag hyperactive ang Basal Ganglia mo, you tend to freeze in highly stressful situations. On the other hand, kapag underactive ang BASAL GANGLIA mo, maaaring may issue ka sa ADD (Attention Deficit Disorder) na nagiging dahilan naman para madali kang mataranta at ma-rattle kapag binigla ka.

FUNCTIONS OF THE BASAL GANGLIA

One of my greatest fears is public speaking. I know that I'm very anxious because my body gives me signals which I cannot control. Nagpapawis ang mga kilikili ko, nanlalamig ang mga kamay ko, at worst, nanginginig ang pisngi ko na sobrang obvious sa audience na nakikinig sa akin. Tapos pag nagsalita pa ako, pati boses ko ay nangangatog din, hindi pa nakakatulong yung natutuyuan ako ng laway.

Syempre dahil halatang hindi komportable ang speaker, pati ang audience eh hindi rin at ease. Kapag ganito ay nawawalan ng credibility ang isang speaker sa paningin ng kaniyang audience.

Through the years, and with my continuous efforts to improve myself by joining a **Toastmasters Club** *and even speaking competitions, I am now able to manage my fear and in the process, control the responses of my body to it.* Syempre naroon pa rin ang kaba pero as much as I can, hindi ko pinapayagang ilabas through obvious and distractive body actions ang takot ko.

How did I control my involuntary body movements in spite of my fear? Well, public speaking gives me anxiety (BG), but it also rewards me the greatest joy (LS) and ultimate high. In this way, I must ensure that my LS and my BG work harmoniously together. By focusing on the happiness, nalulusaw ang kaba ko. With my fear managed, nawawala ang mga unnecessary movements ko habang nagsasalita. 'Yun lang, sobrang lamig naman ng mga kamay ko dahil dun lahat binuhos ni BG ang pag-rerelease niya ng takot, pero okay lang dahil hindi naman ito halata ng mga nakikinig sa akin.

Why is body motor very much connected with how we feel? LS is responsible in dictating BG when to **"FIGHT OR FLIGHT"** a certain situation.

Imagine cooking and accidentally touching a hot or flaming object. If your BASAL GANGLIA will not process the pain and the fear, it will not inform your body to move far away and protect yourself. Likewise, when you see a snake or a wild askal (asong kalye) ready to hyperactive BG body while an will tell you attack. A BG response will to do (logically) must be done to

attack you, a will freeze your inactive BG to counter- with normal tell your body exactly what protect yourself, whether it may be to fight or to flee. Kung baga, as your body is dictated by your BG to move, your BG is still in touch with your LS to process all relating emotions and circumstances necessary for your survival.

Naranasan ninyo na bang masunugan o maghakot ng gamit dahil may nasusunog na bahay malapit sa inyo? Kaya mong bumuhat ng refrigerator at TV mag-isa kapag natatakot ka at nasa protection and survival mode. Pero kapag tapos na ang sunog at ibabalik mo na ang gamit mo, biglang hindi mo na kayang buhatin kahit

yung lalagyanan lang ng plato ninyo. Ganoon ka-powerful ang mind ng isang tao. Lumalakas o nanghihina physically (BG) depende sa bugso ng emosyon (LS).

Your BASAL GANGLIA forms or breaks your habits (good or bad).

How does a habit form? Una muna may gagawin ka na magbibigay sa iyo ng saya or comfort, this is LS. Then you do the same action repeatedly, si BG na ito. Overtime, the happiness turns into pleasure and ecstacy (LS), BG in turn, dictates the body motor to act

on the pleasure dictated by LS. Thus, the addiction to food, porn, drugs, or Mobile Legends starts.

How do we break a bad habit then? Yosi for instance. It must start with changing the mindset. Think bad thoughts about yosi, your body will follow not to have one. Pero yung umiiwas kang mag-yosi pero pinapayagan mo naman ang isip mong ma-miss ang yosi by acknowledging how pleasurable and relaxing it is to have one yosi after eating or habang nagbabanyo ka, AY NAKU, WALA! In no time, matatalo ng LS mo ang BG mo and soon mag-yoyosi ka ulit.

Likewise, if you want to quit lechon kawali, think bad thoughts about it like stroke, cancer, at heart attack every time makakakita ka ng ulam na ito. For sure makaka-move on ka rin sa break-up ninyo ni lechon kawali.

You want to quit your bad habits? Have an emotional (LS) break-up with them first and physical (BG) break-up will be easier.

THE POWER OF PHYSICAL PLEASURE

Thinking of a person you love gives you happiness (LS). Pero kapag sinamahan mo ito ng holding hands, mahigpit na hug, or pagtawa sa joke niya kahit corny, happiness turns into ecstacy. This is the power of Basal Ganglia joining forces with the Limbic System. A person can think about sex all-day long, but nothing beats the actual act of having sex; lalo ang mga lalaki na hindi mo pwedeng pag-isipin ng tungkol sa sex na walang magiging physical reaction.

When the feeling of love and happiness is still in the LS area at hindi mo pa physical (BG) na ina-aksyunan, medyo may inhibitions ka pa. Pero the moment you physically act on your love, nakupo! All hell will break loose. Your dopamine supply in BG, which highly motivates you, will dictate you to FIGHT FOR LOVE, kahit mali, kahit nagmumukha ka nang tanga, at kahit magalit pa sa iyo ang buong mundo. Kaya yung mga kumakabit eh matatapang pa kaysa sa tunay na asawa o yung mga teenager na pinipigilan ng magulang magjowa ng maaga, puro #IPALABANMO ang peg nila. Dikta ng LS yun na na-influence na si BG.

> **Limbic System (may topak):** Hay, depressed ako ngayon, gusto kong magwala. I want to hurt myself or someone.
>
> **Basal Ganglia (normal mode):** PFC (next chapter), si LS oh may sumpong na naman, nag-e-emote emote.
>
> **PFC:** Wag kang papa-influence dyan kay LS, lilipas din yang bad mood niyan. Cool ka lang, wag kang gagawa ng aksyon na pagsisisihan mo in the future.
>
> **Basal Ganglia:** Ok, copy! LS umayos ka ha, arte mo!

Weird pero dapat ganito magtrabaho ang buong brain system natin. Kaya talking to yourself is not always crazy, it also helps.

> **Limbic System (may topak):** I'm hurting, I'm in pain, please help me forget.
>
> **Basal Ganglia (may topak din):** Okay let me take drugs to ease the pain and forget our situation.
>
> **PFC (Normal mode):** What are you doing? Mali ang ginagawa mo, you are only hurting yourself. Tigilan mo yan!
>
> **BG:** Hindi ko na kayang tigilan, alam kong mali pero wala na akong power to stop my addiction.

For sure you experienced the same inner conflict as above.

'Yung alam mong mali na ang ginagawa mo pero hindi mo mapigilan ang sarili mo. It started with making your loneliness disappear only to end up in fear. **From depression to anxiety**, dito magsisimulang lumabas ang mga physical manifestations ng iyong mental illness, from may sinat na brain hanggang sa tuluyan na itong magkasakit. Chronic headaches and migraines come and go, acid reflux to ulcer, skin problems, at iba pa ang lalabas na sakit mo pero kahit anong pa-doctor at gamot mo, hindi magawang gumaan ng pakiramdam mo dahil hindi katawan mo ang may sakit, kundi ang pag-iisip mo.

PROBLEMS OF THE BASAL GANGLIA

BG must neither be hyperactive or inactive. Normal blood flow and oxygen are needed so that this part of the brain can interact with other parts of the brain to dictate and guide our body movements.

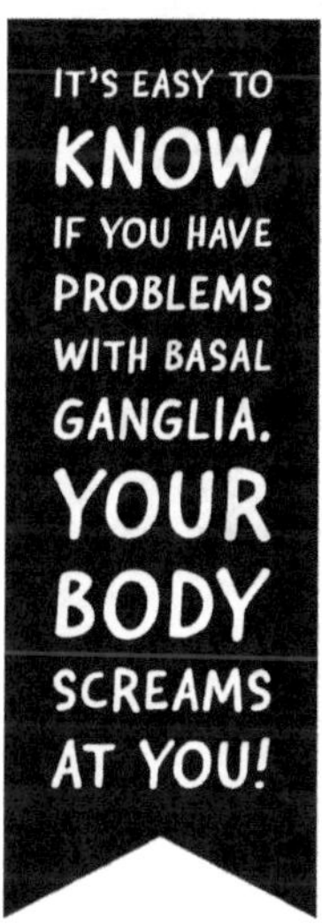

Ang restless mong matulog, kinakagat mo ang kuko mo, nagbubunot ka ng buhok hanggang mapanot at lumabas na ang anit mo, ilan lang ito sa sintomas na mayroon kang BG issues.

Pag inactive kasi ang iyong BG, nagma-manifest ang ADHD (Attention Deficit Hyperactivity Disorder) ng isang tao. Kapag hyperactive naman, napa-paralyze ang tao sa loob ng sarili nitong takot na ang pakiramdam ay wala nang ibang options or solusyon sa problemang mayroon siya, kaya ang bigat-bigat ng mundo para sa taong ito.

A friend of mine is aware that he is under a lot of pressure and very anxious, kapag naihi siya sa kama niya habang natutulog. We are talking of adult man here ha. Pag hinaharap niya ang mga problema, parang wala lang, kaya niya, pero his body cannot be fooled. Lalabas at lalabas sa katawan ang nararamdaman ng iyong

While the problem of LS is depression, the problem of BG is anxiety. Some levels of anxiety are good for you. Fear of the Lord is the beginning of wisdom 'di ba? To be fearful is even protective.

Do not underestimate the power of instict or kutob. It is almost always right. Kapag kinabahan ka sa isang madilim na alley, tumayo ang balahibo mo, at parang ayaw ng katawan mong pumasok at maglakad sa madilim na iskinita, listen to your fear. Minsan may nararamdaman ang isip na sinisigaw nito sa katawan natin even though it doesn't make any sense.

Yun lang may maramdaman kang kakaibang attraction sa ibang babae tapos may asawa ka na, the fear and doubt that you feel while thinking about the possibility are already

signs that your body is saying na huwag mong ituloy ang balak mong ninja moves because you will be in trouble, for sure. Listen to such instict, it will save you lots of headaches and heartaches in life. Takbo, bilis! Ikaw na ang lumayo sa tukso.

EXCESSIVE FEAR THAT IS ALREADY CAUSING SO MUCH DISORDER IN YOUR LIFE IS NO LONGER HEALTHY.

Syempre ang sobra ay hindi mabuti. Lahat naman tayo ay may kinatatakutan, pero yung sobrang pagkamatatakutin ay nakasasama rin sa ating kalusugan, not just mentally but also physically.

Hanson (not his real name) was diagnosed with kidney problems and subsequently colon cancer. He was so bitter about the diagnosis because he lived a healthy life. Walang bisyo, magulay, matubig, at walang junkfood sa diet niya, tapos laman pa siya palagi ng gym. Yung ibang abusado sa katawan at mabisyo hindi dinadapuan ng cancer, bakit siya pa? Ito ang palaging reklamo ni Hanson.

Well, healthy living nga si Hanson pero mayroon siyang masamang ugali. Masyado siyang overthinker at very controlling, kaya naman palagi siyang tensyonado kahit hanggang sa pagtulog niya.

Remember when we discussed sleeping tired or sleeping angry? 'Yung tulog mo tuloy ay disturbed at mababaw. You wake up in the middle of the night tapos hindi ka na makatulog. Eventually, maiidlip ka medyo maliwanag na tapos gigising ka na rin agad. Pagbangon mo tuloy pagod na pagod pa rin ang pakiramdam mo, tapos mayroon kang muscle pains.

Kapag ganito ka araw-araw, it means your body cannot rest properly dahil tensed or nag-co-contract ang mga internal organs mo gaya ng bituka at panubigan. Yung ihi mo tuloy parang palagi kang may UTI tapos yung pag-poop mo parang hindi kumpleto, napo-poop ka pa pero wala nang lumalabas. Dito nagsisimula ang colon cancer at kidney problems. Dahil anxious ang BG mo sa pagtulog mo, wala itong choice kundi ilabas sa katawan mo ang excess activities na ginagawa niya sa panahong dapat ay nagpapahinga na sila (internal body organs).

Kung may kaaway ka o galit ka, hindi naman dapat pwersahin mo ang sarili mong makipagbati o biglang okay na ang lahat. Ang punto lang, kalmahin mo ang sarili mo bago ka matulog, hindi yung lahat ng kaaway at kagalit mo kasama mo pang matulog sa kama mo. Are they even worth it? NOPE! Not at the expense of your health! Sabihin mo yan sa BASAL GANGLIA mo ha!

Kaya pala tama ang sabi ng Bible, **"Wag mong hayaang lubugan ng araw ang iyong *galit," (Ephesians 4:26),** dahil makasasama pala ito hindi lang sa iyong kaluluwa, kundi pati sa iyong katawan. *Negative emotions (angry, scared, sad, obsessed, etc.)

One of my colleagues has BG issues. Basta naging super stressful ang trabaho niya ngayong araw na ito, asahan mo bukas hindi yan papasok sa office. Ang dami niyang physical manifestations sa katawan like magigising siya na nanlalamig at nanginginig ang buong kalamnan niya. Tapos yung idea na lalabas siya ng bahay gives her palpitation. Sa tuwing umaatake ang anxiety niya ay nagkakaroon siya ng agoraphobia or takot lumabas ng bahay. Noong una naiinis ako, in fact, ilang beses na siyang muntik mawalan ng trabaho dahil sa ganito niyang ugali. Until we learned about her BG issues. Again, awareness is the key. As we try to understand and adjust in her work rhythm, she also became aware on how to cope with her panic attacks para hindi maapektuhan ang trabaho niya. Win-win na usapan lang talaga and people can live and work harmoniously with each other kahit puro tayo may UTAK TOPAK.

TRAUMA

Balik tayo kay trauma. As LS harbors traumatic emotion, ipapasa ni LS ang feeling na ito kay BG resulting to possible Post Traumatic Stress Syndrome (PTSD) manifested through physical actions.

I once counselled a girl, KZ (not her real name), with uncontrollable shaking hands, lalo kapag mayroon siyang anxiety or simple things/ thoughts that bother her. To stop the shaking, pinapaso niya ang kamay niya ng sigarilyo. I consulted with her parents. That's when I observed that the shaking becomes more intense kapag nagsasalita ang tatay ni KZ. I learned that KZ adored her dad but he left for

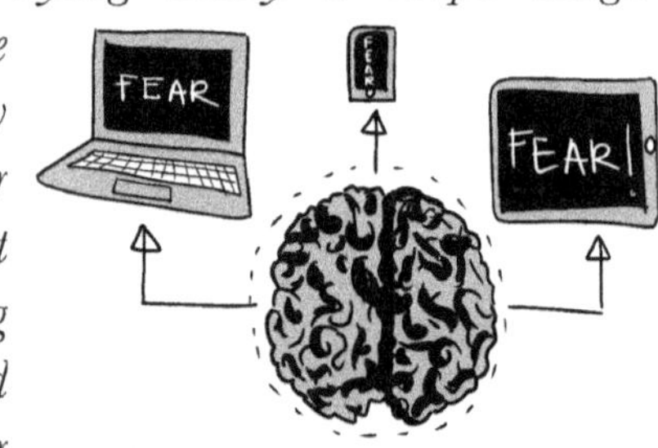

another woman and eventually came back after several years. Yung mabait at maalagang papa na nakasanayan ni KZ ay naging mahigpit at mabigat ang kamay sa kaniya, bagay na nagbigay kay KZ ng confusion. The dad, who thought he is just protecting his teenage daughter, actually traumatized KZ. The abrupt change in the family setting overwhelmed the girl kaya nagkaroon siya ng involuntary shaking of hands, lalo kapag kaharap niya ang tatay niya.

I personally experienced the same. Na-trauma ako sa Ondoy kasi first time kong nakaranas ng malaking baha. After my Ondoy experience, naramdaman kong nagkakaroon ako ng anxiety kapag  sobrang matagal at malakas ang ulan sa area namin. Ibig sabihin my BG works very hard at natitrigger ito ng malakas na ulan. Kapag ganito, hirap akong makatulog. Nagpapanic ba ako? Hindi, kasi alam kong lilipas ang anxiety kapag tumigil ang ulan.

UNEXPRESSED OR MISPLACED EMOTIONS. Ang daming relasyong nasisira dahil sa ganitong isyu.

First time kong mag-counsel ng couple, sa simpleng kwentuhan I learned that the husband complains about his wife all the time, mula sa maliit na bagay gaya ng pagluluto hanggang sa pagbu-budget. Laging may pintas, komento, at reklamo si lalaki sa kaniyang misis. Si wifey naman ay nagkikimkim ng patong-patong na sama ng loob sa asawa niya, dahil wala na siyang ginawang mabuti. So habang tahimik si wifey na nagmumukmok, si husband naman ay palaging mainit ang ulo.

Finally, we discovered that the husband knows the pain he is causing his wife, pero relaxing para sa kaniya ang awayin ang asawa niya. Oh 'di ba sadista lang? Talking about bully, super bully ni husband. We further discovered that he hates his boss and all the frustrations boiling inside him that he cannot express ay binubuhos niya sa asawa niya. Grabe noh?

Si wife naman ay lumaki sa bahay na bawal magreklamo at magsabi ng nararamdaman, kaya yun, martyr ang peg ni misis. Sabi ko nga, ilang panahon pa at may cancer na rin siya.

How did we deal with their issues? Naku kada meeting namin pinapasigaw ko si misis, nag-da-drama sessions kami para um-acting siya na nakikipagsabayan ng away sa asawa niya. Ganun din si mister, nag-sisigawan kami na kunwari ako ang boss niya. Aba, nawili gusto palaging may session kami. In the end, the husband  resigned and found another boss, este job pala, and as of date naman eh magkasama pa sila.

Sabi sa Bible, as much as possible, be at peace with everybody. Always have a mental agenda of fixing your relationship first. Sabi pa ng Bible, kapag may sama ka ng loob sa kapwa mo, hangga't maaari wag mong dalhin sa korte ang usapan ninyo. Puntahan mo siya, magsama ka ng witness, sabihin mo ang gusto mong sabihin sa mukha niya. Kapag na-settle ang problema, eh di very good! Kapag hindi, eh magpagpag ka ng alikabok sa balikat mo at tumalikod ka para umalis, because that person is not worth it. Promise ang daming prescriptive principles ng Bible na kung susundin mo lang, wala kang magiging problema sa mental health. Kaysa yung parinig ka ng parinig sa facebook ng galit mo eh di kausapin mo ng personal yung taong masama ang loob mo. Mamaya hindi naman niya alam na galit ka at hindi makatulog ng maayos sa gabi. Samantalang yung taong kinaiinisan mo eh ang himbing matulog.

Kaya yung inaakala mong inaatake ka sa puso kasi naninikip ang dibdib mo, hindi ka makahinga, at parang may mabigat na nakadagan sa puso mo, malamang sama ng loob yan. Ilabas mo yan at gagaan ang pakiramdam mo.

Again, if mood disorder and depression ang mental issue ni LIMBIC SYSTEM, anxiety disorder or physically manifested Attention Deficit Hyperactivity Disorder (ADHD) naman ang kay BG. Maraming mukha ang ADHD, mayroong malikot, mayroon namang passive-aggressive. So wag basta-basta magjudge ng iba. Ikaw ang nagbabasa ng librong ito. Gamitin mo ito para makilala mo nang lubos ang sarili mo, hindi yung magtuturo ka ng ibang tao. Ano, damay-damay na ito? #sanaol?

Rate the following. Sundan ang ginawa sa LIMBIC SYSTEM assessment sa naunang mga pahina.

IKAW BA AY:

PREFRONTAL CORTEX (PFC)

____1. hirap sa focus

____2. not into details

____3. not very good in listening

____4. easily bored with routine tasks

____5. magaling sa umpisa pero di tinatapos

____6. may poor organization of time and space

____7. not into planning

____8. hates rules

____9. hindi makarelate sa pain ng iba

____10. may excessive daydreaming

____11. easy to get bored

____12. hindi takot sa away, o pala away

____13. impatient

____14. impulsive

How many items are with 3 or 4 rating?____

"Don't trust your feelings," I've heard this phrase so many times, **"but trust your instinct instead."** Huh? Hindi ba ang instinct ay feeling din? Nope.[34]

As discussed earlier, our intuition is almost always right; our feelings, though, always make a fool out of us.

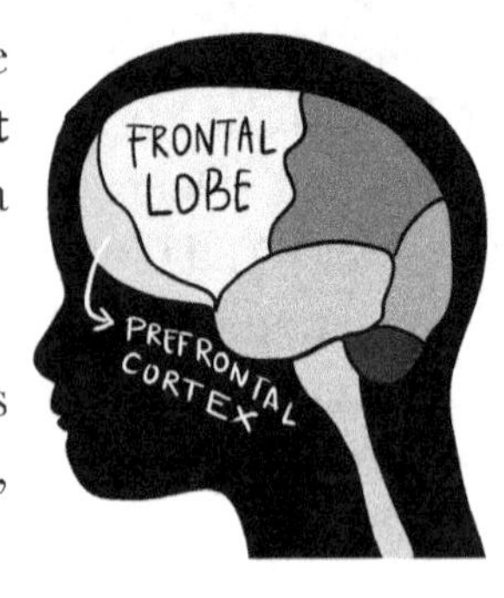

This is the beauty of having a healthy Prefrontal Cortex (PFC) which can be found underneath our forehead. Ito ang bossing/CEO ng ating brain, bagay na mayroon tayo pero wala sa ibang living things.

FUNCTIONS OF THE PREFRONTAL CORTEX

PFC is the most evolved part of our brain. This brain makes us a HOT (higher-order thinking) human.

PFC operates on logic. Hindi basta-basta papatol si PFC sa sumpong ni LS. After all, our feelings can be very deceiving at times. As long as PFC is working on a normal mode, it can control the BG not to act on impulses dictated by LS.

> Assuming you saw an offensive post about you on social media…
> **LS:** Ouch! Nakasisira ng araw ha! BG, do something!
> **BG:** Okay, I can write something nasty about her.
> **PFC:** Is she worth it? Bakit pa? Wag na, sayang ang effort. Focus on more important things in your life instead.

OUR BRAIN, BEING MORE POWERFUL THAN ANY SUPERCOMPUTER, **PROCESSES** DATA IN GAZILLION **HYPER SPEED** THAT OUR BODY AND EVEN OUR **EMOTIONS CANNOT** EASILY CATCH UP ON IT.

Wag kasing puro puso at emosyon ang pairalin, esep-esep din pag may time.

A FEMALE'S PFC matures faster than a MALE'S. It takes 25 years for a guy to fully mature specifically in the area of focus, judgement, impulse control, organization, planning, and critical thinking which are all functions of a healthy PFC[35].

I already told my kids that I can only allow them to marry at the age of 27 pataas, especially my son. I likewise told my daughter to marry a guy of the same age range. Of course there's no guarantee that this age is the safe age to take full responsibility as a married person but it's still better to have such mindset.

At this age, men can be more goal-driven, sawa na sa buhay binata, at kaya nang mag-resist sa tukso, as opposed sa lalaking mag-a-asawa at the age of early twenties or worse teenage years.

In case magkamali ang lalaki at this age, his PFC calls out his conscience and his guilt will teach him lessons about his mistakes in order for him not to do the same again. Guys are generally unsympathetic and insensitive sa feelings ng iba, but a highly functioning PFC drives them to be more considerate, kind, and loving.

Of course hindi naman mag-isa si PFC sa pagma-manage ng LS at BG. Katulong ni PFC si ACG (Anterior Cingulate Gyrus) na siya namang in-charge sa ating cognitive flexibility.

Impulsiveness, inattentiveness, at boredom. Ito ang mga signs na may issue ang PFC mo.

Since focus ang trabaho ni PFC, problematic si PFC kapag hindi ka maka-focus. Madali kang madistract o ma-bore sa ginagawa mo kaya naman ang bilis mong mag-shift ng attention to the point na hindi mo matapos ang inumpisahan mo.

Dahil madali kang mainip at mawalan ng saysay sa iyo ang nauna mo nang ginagawa, nagiging very impulsive ka sa mga decisions mo at pamimili sa iyong buhay, may it be in relationship or work. Being impulsive is a sign of immaturity kasi hindi mo pinag-isipang mabuti ang mga desisyon mo, madalas ka tuloy magsisi sa huli.

#fuckboi, the millennial term for playboy, chickboy, or manyak. Guys like this operate on impulse that they cannot control. The LS (happiness) and BG (physical pleasure) are out of control na lahat na lang papatulan nila kahit poste basta naka-palda. They don't care about the consequences while they are doing it, sure na-gui-guilty sila after, but they have no will power to stop. Same goes with porn and masturbation addiction.

The shift, the newness, and the high, ito ang pleasure center ng addiction. A promiscuous person loves the hunt for something new, person or emotion. Kapag nakuha nila ang isang tao, the newness gives them high. Eventually, these people get bored and shift their attention to the new hunt, the next person or emotion in sight, and then discard the old one. Kaya kapag

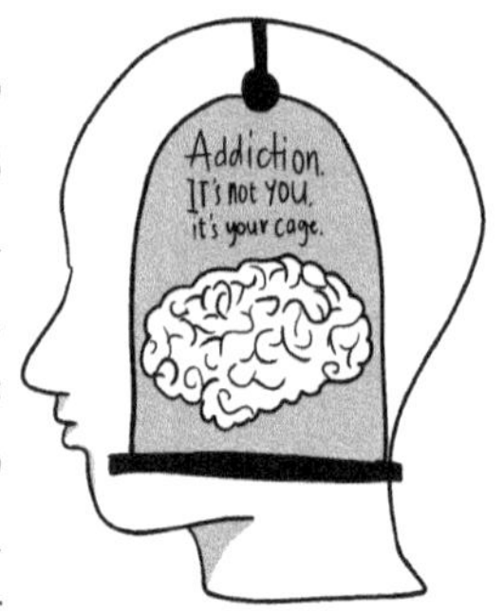

sinasabi mong mapagbabago ng pag-ibig mo ang isang fuckboy, dream on, girl! Dream on! In the end masasaktan ka lang.

Kung ang lalaki ay addict sa sex or porn, ang babae ay impulsive sa shopping, pagkain, at lalo sa pag-ibig. Girls hunt for guys that they want to baby (nurture) or change for the better (bad boy attraction). Since women's LS is way bigger, mas overwhelming ang addiction ng babae pagdating sa pagde-desisyon gamit ang emosyon kaysa ang utak. That's why women seem to endure being a mistress or being cheated on, pati yung sakit na dulot ng miserable nilang buhay ay addictive sa kanila.

Kung ang problematic na BG ay takot sa away, sobrang confrontational naman ang problematic na PFC. PFC channels our sympathetic impulses. Having problems with the PFC means we don't care how others feel. At the same time, the anxiety of having an enemy or indulging in a fight gives a person with PFC issues an extreme pleasure and addictive high.

One of my workmates told me that his wife has a habit of arguing with everybody.

"Biruin mo maám, lumabas lang saglit para bumili sa tindahan, maya-maya nagsisigawan at nagkakagulo na sa labas dahil may kasabunutan na pala ang misis ko. Putsa! Ang sarap itali sa loob ng bahay na parang aso eh, kada kibot na lang nasa barangay kami at nakikipag-ayos sa mga kaaway niya."

Kaya 'yang partner o asawa ninyong lagi kayong inaaway, kulang sa ano yun... sa lambing. Wag ninyong patulan. Landiin ninyo na lang.

Talo ka kapag pinatulan mo ang taong kinareer na ang may kaaway sa araw-araw, hihigupin lang nito ang energy mo, sasayangin ang araw mo, at gagawin lang miserable ang buhay mo habang masayang masaya siya kapag ginagalit ka. Kaya sabi ko sa iyo eh, hindi lahat ng giyera sinusugod, minsan mas nananalo ka kapag nag-focus ka sa ibang mas productive na bagay kaysa makipag-away na hindi naman intensyon ang maayos ang relasyon kundi para bwisitin ka lang.

Stop feeding this addiction dahil may mga tao talagang mamamatay kapag walang chaos sa buhay nila. They need drama, action, and horror in their lives everyday.

Kung hindi nakikipag-away ang taong may issue sa PFC, malamang pino-problema nito ang problema ng ibang tao, dahil addict sila sa worrying. Worrying excites them and gives them a sense of usefulness and joy.

I once had a very interesting conversation with my daughter. She said, "Alam mo Mi, hindi ko minsan sinasabi sa iyo na may problema ako o nag-wo-worry ako, kasi magpo-positive scripting ka kaagad eh. Syempre gusto ko muna ma-enjoy ko yung pag-se-self pity at pag-wo-worry ko kahit paminsan-minsan lang. Yung majustify ko na tama yung mga sentimyento ko sa buhay ko. Sandali lang naman, syempre 'pag di ko na kaya saka ko na sasabihin sa iyo." WTF! (What the fart!) Enjoyin ang pag-wo-worry, may ganun pala. Apparently, mayroon. **Kaya ingat kasi addictive ang puro kadramahan sa buhay.**

Another way to spot a person with PFC issues is to check his/her space management. Makalat sila! Wala rin silang sense of timing kaya madalas silang late or mas gusto nilang nagka-cramming sa trabaho at deadlines.

We discussed that one of the issues of BG is ADHD, malikot, maligalig (hyper) at maikli ang attention span. A problematic PFC adds on to this disorder. Without power to focus (duty of PFC), the brain tends to shift its attention after a very short span of time.

Such problematic behavior can be translated down to the workplace, classroom, and even relationships. Boring na trabaho, resign. Boring na teacher, sleep or doodle (do something else). Boring na relationships, break-up and find a new one.

A person with passive (hindi malikot) ADHD on the other hand tends to over focus to the point of analysis paralysis. Nakipag-break, 20 years na hindi pa maka-move on. Patay na yung kaaway niya, hindi pa mapatawad. Tutuklawin na siya ng ahas hindi pa makatakbo.

THE MORE YOU TELL A PROBLEMATIC PFC TO FOCUS, THE MORE IT WILL COLLAPSE DUE TO OVERWORKING.

If one area of your brain is having a problem, channel the other parts of your brain to come to the rescue. In the case of overactive PFC, it's time to tap on the power of ACG.

Rate the following. Sundan ang ginawa sa previous assessment sa naunang mga pahina.

Makikita ang ACG sa ilalim ng PFC kaya naman halos overlapping at complementary ang functions nilang dalawa. **Kung ang PFC ay nagbibigay focus, ang ACG naman ang nagbibigay sa iyo ng power to shift or move-on to the next phase of your thought processing.**

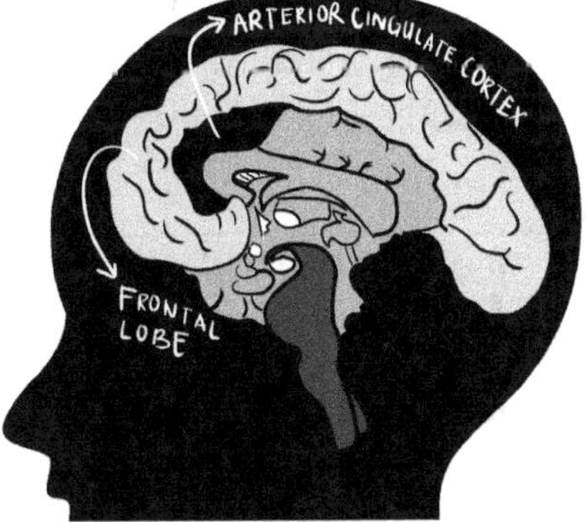

How many items are with 3 or 4 rating?____

_____1. being overfocus that you cannot shift attention

_____2. excessive worrying that you are known to be a worrier

_____3. being upset when things are out-of-placed

_____4. being upset when things don't go your way

_____5. being very oppositional or argumentative

_____6. getting stuck in the negative thoughts

_____7. being compulsive that you could not stop doing things because it's necessary

_____8. disliking unplanned changes

_____9. keeping angry emotions hidden

_____10. difficulty finding or accepting alternative solutions

_____11. holding on to one opinion without flexibility in hearing others' opinions

_____12. unhealthy perfectionism

_____13. always saying no, even if you want to say yes.

"Move on, just let it go… let it all go!" Madalas nating marinig ito lalo sa mga taong na-stuck ang emosyon sa iisang kulay (LS) at nag-over focus ang PFC sa iisang bagay to the point na kung anu-anong pinaggagagawa sa sarili (BG).

Dahil ang trabaho ng PFC ay sa focus at ang LS naman ay sa emotions, kailangan si ACG sa equation para balansehin ang focus at emotion ng isang tao. Maraming pag-aaral ang lumabas at nagpatunay na ang trabaho ng ACG ay tulungan ang isip nating mag-shift o mag-adapt sa various changes na nangyayari sa ating buhay externally or internally.

Palibhasa ay batang university belt ako at nakatira pa ako sa CAMANAVA area, ang pagsalubong sa baha ay common na sitwasyon sa buhay ko. Syempre nakaka-stress pa rin but you learn to cope with it.

Kapag malakas ang ulan at alam kong baha na sa mga daraanan ko, ang bilis tumakbo ng utak ko para mag-isip ng iba't ibang plans para makapag-commute pauwi sa bahay. Naranasan kong sumakay sa truck, sa bangka, maglakad, at kung ano-ano pa. Basta ang focus ko ay maka-uwi (PFC). In order to do that, I need to think of various ways, means, and options (ACG) to get to my goal. Kapag ang unang option ko ay palpak, okay lang, switch ako sa next option ko. Gumagana ang ACG ko kasi ang bilis kong mag-shift sa ibang solusyon at mag-adopt sa mga pagbabago na dapat kong gawin to solve my problem (baha). **This capability is known as Cognitive Flexibility.**

The ability of the brain to transition from thinking one concept or idea to another is known as COGNITIVE FLEXIBILITY. The quicker you are able to shift from one idea to another (mabilis mag-isip) with purposeful intent and useful outcome, the higher your cognitive flexibility level is[36].

Too much shifting of attention in a short span of time may result to active ADHD, but the function of ACG is to shift focus with proper timing and rhythm.

Ito 'yung madali kang makasabay sa jokes, 'yung mabilis kang mag-shift ng atensyon kada klase, from Math subject in an hour to Science subject the following period, at yung mabilis kang mag-solve ng problems dahil open ka sa maraming options o kaya mong maka-cope at mag-adjust sa changes (like bagong trabaho) ng buhay mo dahil high-functioning ang iyong ACG.

Ma-co-compare natin sa taong magaling sa larong chess ang taong maganda ang flow ng oxygen at blood sa ACG. Mayroon silang gift of foresight. Isang chess move lang ng kalaro nila, limang chess moves na ang nasa isip ng taong may high-functioning ACG. They can

predict the future outcome through cause and effect reasoning as well as lessons learned from past decisions and ability to assess future possibilities.

Sundalo ang tatay ng kambal na sina Joy at Ligaya (not their real names), at palagi itong na-a-assign sa iba't ibang lugar. Dahil ayaw ng nanay ng kambal na maghiwahiwalay ang pamilya nila, bitbit sila nito kahit saan mang lupalop ng bundok ma-assign ang tatay nila.

Exciting kay Joy ang lipat-bahay at paaralan. Para sa kaniya ay isa itong masarap na adventure dahil bago ang environment, kaalaman, at mga taong makikilala niya. Mabilis tuloy mag-adapt si Joy sa sitwasyong mayroon ang pamilya nila (ACG).

Pero kay Ligaya, torture ang paglipat nila sa iba't-ibang lugar. Nahihirapan siyang mag-adjust kaya tuloy lagi siyang nine-nerbyos sa tuwing lilipat na naman sila ng bahay (BG).

It takes the help of PFC para ma-overcome ni Ligaya ang issue niya sa anxiety. Sa umpisa ay mahirap, pero kapag nag-focus siya sa BIG PICTURE -- na mabuti sa pamilya nila ang sama-sama nilang paglipat, unti-unti na rin siyang makaka-adjust.

Furthermore, Joy understands the purpose of the constant changes in her life, para hindi maging addictive sa kaniya ang palaging lumilipat ng lugar to the point na manawa siya sa stability at hindi siya maka-focus sa kaniyang

PROBLEMS OF THE ACG

Obsessive Compulsive Disorder (OCD), ito ang issue ng taong may problema sa functions ng ACG.

Dahil very interconnected ang mga neurotransmitters ng PFC at ACG, they even have overlapping mental issues. As PFC is focus, out of focus means over-shifting, thus ADHD. While ACG is shifting, one who cannot shift means he/she is stuck up, thus OCD. Meaning, may obsession o compulsion ka sa paulit-ulit na routine o gawain kahit ayaw mo na gawin lalo at nag-ca-cause na ito ng disorder sa buhay mo. Like impulsion, stopping compulsion is close to impossible without proper intervention.

Imagine yourself running on a threadmill. Pagod na pagod ka na katatakbo pero wala ka pa ring nararating. This is the mind of a person with OCD. Pagod na pagod na ang isip kaka-worry about negative things that could happen pero hindi niya magawang

bumaba sa threadmill at huminto. Isip pa lang ito ha, paano na kung sa paglilinis ng bahay ka obsessed? 'Yung pagod na pagod ka na at super nakasusuka na ang amoy clorox mong kwarto pero hindi ka pa rin makalimlo sa paglilinis. Punta ka kaya sa bahay ko at dun ka maglinis, tara!

Worrying, like anxiety, is part of our human experiences. Tao ka, natatakot at nag-aalala. Pero kapag umabot sa point na nagkakasakit ka na, nasasaktan mo ang ibang tao, o gusto mo nang saktan ang sarili mo, hindi na siya simpleng worrying lang, nagko-kumbulsyon na ang brain mo. Malala na ang TOPAK mo!

Extreme focus on physical syndrome of pain and discomfort is a sign na medyo somatic ka na. Marami kang nararamdamang sakit sa katawan pero hindi makita ng mga doctor ang dahilan. Kapag nasa hospital ka, lahat ng results ng lab tests mo ay negative at ikaw ay nasa clean bill of health. Yet may migraine ka, muscle pain, kati-kati sa katawan, at kung anu-ano pa. Hindi lang sa PFC highly connected ang ACG, pati sa BG. Kaya sumisigaw na yung katawan mo to say to your brain, "Stop na, pagod na pagod na ako!" through somatic sickness.

Palaging tinatakbo sa hospital si Farah (not her real name) ng mga magulang niya dahil sumusuka ito ng dugo. Pero wala namang makitang sakit ang mga doctor at hindi naman ito sumusuka ng dugo kapag naka-confine. Until the doctor witnessed the parents fight, dun nakita ng doctor na sumuka ng dugo si Farah. It was the fighting of her parents that worries Farah dahil nag-aalala siyang maghihiwalay ang mga magulang niya. Na-obsess si Farah sa isiping ito at hindi siya maka-move on. Hindi kinakaya ng brain ni Farah ang pag-wo-worry kaya nagma-manifest sa katawan nito ang psychological effect ng paulit-ulit na pag-aaway ng parents niya. When the parents realized this, they decided to reconcile for the sake of their daughter.

Unlike people with PFC issues who enjoy worrying because it gives them ultimate addictive high, people with ACG issues hate worrying and want to stop. They couldn't though because the ACG, with problems in blood and oxygen flow, cannot perform its function to shift from negative to positive thoughts.

Hindi maiwasan ni Greg (not his real name) na palaging maghugas ng kamay (obsession), halos oras-oras to the point na pati trabaho niya ay apektado na rin. Minsan kailangan pa niyang lumabas sa importanteng meeting para lang maghugas ng kamay na dapat tumagal ng kinse minutos, hindi pwedeng lampas o kulang.

Alam ni Greg na mali na ang ginagawa niya kasi hindi na healthy sa relationships at trabaho niya ito, pero hindi niya mapigilan ang sarili niya (compulsion). Pakiramdam niya ay ang dumi-dumi niya kapag hindi siya nakahahawak ng tubig sa loob ng isang oras at kapag hindi siya naghugas ng kamay ay may masamang mangyayari sa kaniya.

Looking into the background of Greg, very clean image ang dapat i-project nito at all times. Bitbit kasi ni Greg ang brand name ng kaniyang kumpanya. Pakiramdam tuloy ni Greg ay sakal na sakal siya dahil hindi niya magawang magpakatotoo sa ibang tao.

Para makalaya sa clean image niya ay gumawa si Greg ng ibang persona online. Sa account na 'yun ay nagmamasturbate siya habang bini-video ang sarili saka nakikipaglandian sa mga bakla para mag-bid ng malaking halaga kapalit ng mas daring pa niyang pwedeng gawin. Pero nagsisisi naman siya after niyang magpaka-daring online. Dito nanggagaling ang pakiramdam ni Greg na duming-dumi siya sa sarili niya. Kasama pa dito ang pag-wo-worry niya na baka malaman sa trabaho niya ang dark side ng kaniyang pagkatao.

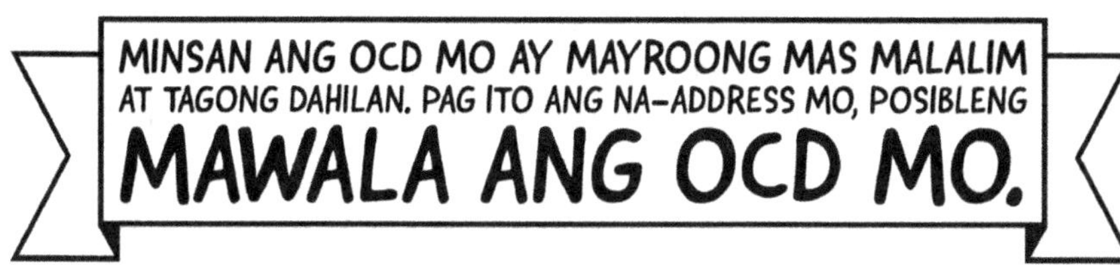

You can just imagine how painful it is for people with ACG problem. Isipin mo, mabuti pa yung taong may PFC problems, kahit mali ang ginagawa nila on impulse, at least na-e-enjoy nila yung pagiging impulsive nila at the moment. Sa huli na lang sila nagsisisi. Ang mga compulsive, they don't enjoy it. Compulsion gives them temporary peace in exchange of being too miserable in life.

A friend took her family to a five-day vacation in Boracay. Oh di ba, bongga! Pero may isa sa mga plano niya ang pumalpak, at dahil siguro sa stress, naapektuhan ang kaniyang ACG to the point na hindi siya makamove-on sa isang pumalpak na plano. 'Yun tuloy naging miserable ang bakasyon nilang pamilya instead na naging memorable.

People with ACG problems are often labeled as super sensitive, pikon, at iyakin. Pero ang totoo, ayaw naman nilang maging ganito. Kaya lang hindi gumagana ang ACG nila para turuan silang maka-move-on at magshift ng mood.

While healthy ACG adapts to sudden changes, accepts other options, and allows you to shift from one mood to another, problems with ACG would mean refusal to change, being stuck with only one option, and inability to shift from bad mood to good mood.

Change is constant and no one can escape it. Yet, people with ACG problems protect themselves against change by developing a defiant attitude known as the AUTOMATIC NO. They always say no even if they want to say yes.

My daughter and I used to fight a lot dahil ang hirap niyang pasunurin. Palagi siyang may dahilan para magsabi ng "Wag na." or "Wait lang." tapos hindi pa rin siya susunod.
"Kunin mo ang sinampay."
"Hayaan mo na dyan, wala namang magtutupi."
"Maligo ka na."
"Bukas na lang, sayang ang tubig."

Alam mo 'yun? Hindi niya sinasabing, "No" directly, pero may palusot siya para hindi sumunod. Being controlling, which is my topak, nagagalit ako kapag hindi ako sinusunod. Dito nagsisimula ang away namin. When I learned that people with ACG issues have the "Automatic NO" attitude, I finally understood my daughter and became creative in teaching her obedience.

"Magsaing ka na."
"Wag na okay na yang kanin, kasya na yan sa amin."
"Sige, ako na lang ang magsasaing."
"Sige na nga, ako na ang magsasaing."

What did I do? I said that I'll cook the rice. In her confusion I saw the big "NO!" on her facial expression (automatic no nga di ba?). Sa pag "NO" niya sa pag-volunteer kong mag-saing, she ended up doing it herself. Kasi ang totoo she wanted to do it, yung ACG lang niya ang may attitude problem. Lituhin mo yung ACG, mapapasunod mo ang taong may automatic no attitude. UTAKAN LANG 'YAN!

I had one school manager with an ACG problem just like my daughter. I observed that her inbox takes a long time to come out of her office. She likes spending time reviewing one proposal over and over again, even proposals that would otherwise be approved or disapproved in just one reading. It is not that the proposals are

flawed, it's just that she has a hard time shifting from one proposal to the next because it means resetting her brain for a new topic or idea.

She also has the AUTOMATIC NO attitude. You cannot just blurt out a new idea for her to accept immediately. If she is forced to abruptly change her process, she will resent such instruction. She's passive-aggressive, so she will just cry her heart out in protest. Upon learning this ACG issue, I adjusted my leadership style around her. Instead of presenting her an idea that is answerable by yes or no, I presented her with various options subtly meriting the one that I like the most. In the end, she chooses the best option that I want her to take with an idea that she chose it herself and not that it was forced upon her to accept it.

Take the case of another couple, Liza and Ronnie (not their real names). Napansin ko na may problema sa PFC ang lalaki samantalang sa ACG naman ang babae. Ronnie loves to make fun of his wife. Sobrang aasarin talaga ni Ronnie si Liza hanggang sa mapikon ito. Dahil si Liza ay may problem sa ACG, nagtatanim siya ng sama ng loob kay Ronnie. Alam ni Ronnie na sumusobra na siya minsan pero hindi niya mapigil (impulsive) ang sarili niya. Ang i-prank si Liza ang highlight ng kaniyang araw. Dahil dito, ang pagtatanim ni Liza ng sama ng loob ay nauwi sa pagkakaroon niya ng bad temper at madalas itong ma-experience ng mga anak nila kung kanino napapasa (projection) ni Liza ang inis niya sa asawa.

Liza became obsessed with cleaning the house, making sure that the kids are clean all the time, at bawal silang maglaro dahil papawisan sila. Kapag hindi nasunod ang paraan ni Liza sa pagpapatakbo ng kanilang household, her temper will shoot up at sobra siyang magagalit sa kaniyang mga anak. Ang atmosphere tuloy sa kanilang bahay ay stiff, tensed, at nakaka-suffocate.

Liza came to me with an awareness na may mali sa ugali at ginagawa niya. She tried to change, but the more she concentrates on changing her attitude by understanding her husband and removing the anger in her heart, the more she experiences temper tantrums and outburst because she's frustrated by not being able to change.

Ibig lang sabihin, yung issue ni Liza sa ACG niya ay humahawa na sa kaniyang temporal lobe (TL), part ng ating brain na nag-cha-channel ng ating anger at temper.

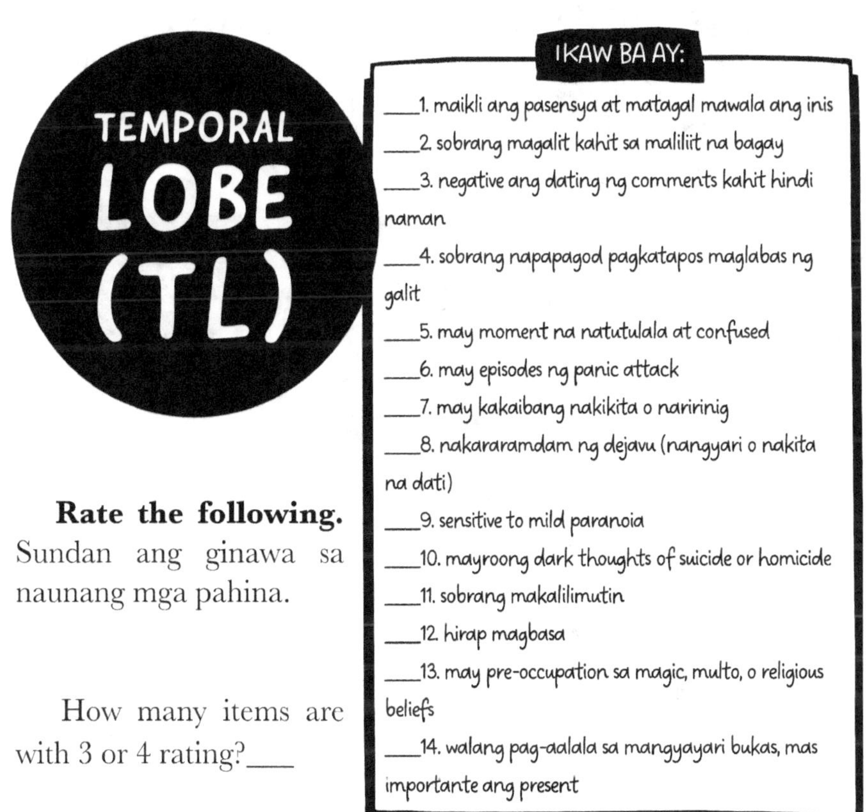

Rate the following. Sundan ang ginawa sa naunang mga pahina.

How many items are with 3 or 4 rating?____

The temporal lobe is found underneath our left and right temple, yung tinatawag nating sintido na malapit sa ating magkabilang tainga.

Ang trabaho ng temporal lobe ay magtago ng ating short at long-term memory, i-regulate ang ating temper, at mag-proseso ng mga bagay na misteryoso o hindi natin basta-basta mapaliwanag gaya ng religion, magic, etc.

Sa kaliwang bahagi ng ating sentido ang dominant part ng ating temporal lobe. Dito nangyayari ang language, auditory, at visual processing. Kasama na dito ang pagtatago ng long term at complex memories.

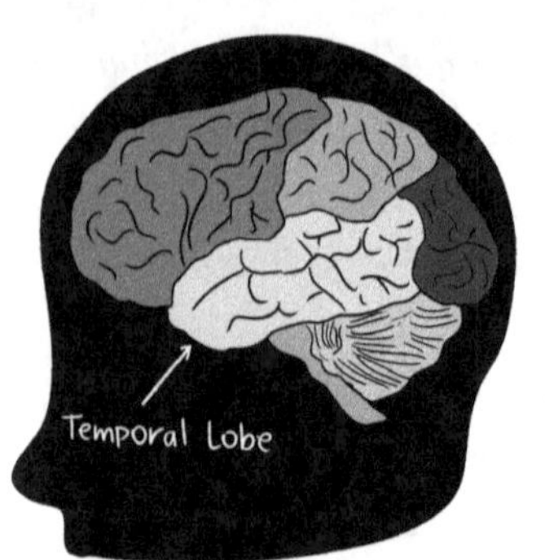

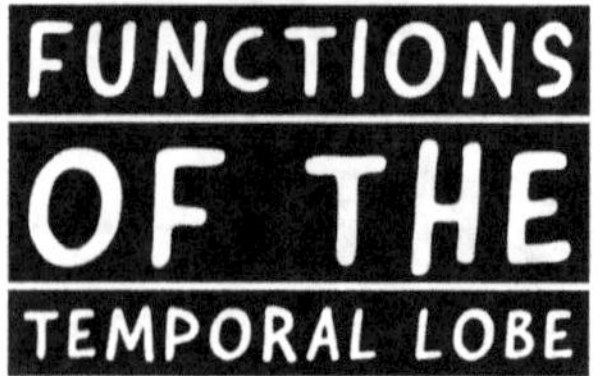

Napaka importante ng memory storage, written man ito or images. Kapag marami kang happy memories na mahuhugot, nagiging essentials ang mga ito para maging masaya ang isang tao. On the contrary, kapag puro trauma at negative memories ang mayroon ang isang tao, posibleng maraming mental health issues ang lumabas sa ugali at pananaw nito sa buhay.

Kids who are sensitive and susceptible to bullying are those with predominantly sad and traumatic memories stored in their brains. They also have a tendency to develop mental illnesses compared with kids who grew up with plenty of happy memories.

My son is a typical-looking pinoy, brown-skinned and a little short for his age. My worry was school bullying dahil alam mo naman ang mga bata pag nagtuksuhan. During puberty, normal na magpatong-patong ang insecurities niya lalo at ang daming changes na nangyayari sa kaniyang katawan. Pero contrary to what I feared, my son's high school life (so far) is his happiest. Palibhasa ay clown ng classroom, pati teachers niya ay aliw na aliw sa kaniya. Tinanong ko kung nabubully siya, sabi niya, asaran pero hindi siya napipikon. Kasi naman ay clown din namin siya sa bahay at puro asaran din kami na walang pikunan, nadala ito ng anak ko sa school. He is too happy with his childhood life at home that it becomes his source of strength against temper tantrums or being hurt by bullies with their nasty words.

Paano mo mapo-protektahan ang anak mo o ang sarili mo against bullying? Mag-store ka ng sandamakmak na happy memories sa TL mo. Walang asar na pwedeng maka-penetrate sa taong maraming mahuhugot na saya sa memorya. Yung mga taong mabilis mapikon, on the other hand, posibleng wala silang maraming happy memories nung bata pa sila.

Emotion plays an important part in creating and keeping our memories. Kapag may nangyari sa atin na nagbigay sa atin ng matinding bugso ng emosyon, yung pangyayaring iyon ang maitatago natin sa ating memory storage. Kaya yung mga walang kwentang pangyayari ay mas madali nating makalimutan, lalo kung deadma lang ang emotion natin patungkol dito.

Keeping and retrieving memories are part of the TL's duty. Depending on the situation and how healthy the TL is, kaya nitong i-retrieve or i-recall ang naitago mong memories kahit noong bata ka pa. Compared with a supercomputer with the highest amount of terabytes, panis ito sa power ng ating memory at brain capacity. Remember, tao lang ang gumawa ng supercomputer kaya wala itong kalaban laban sa brain natin.

On the other hand, the right or non-dominant part of the TL is responsible for reading facial expressions, listening to voice tones and music, as well as experiencing magical or spiritual happenings.

People with a healthy TL know how to read verbal and non-verbal cues based on voice tones and facial expressions of others.

Kapag nakakakita ka ng multo or naka-experience ka ng spiritual awakenings na hindi mo mapaliwanag, TL ang bahagi ng brain mo na umiilaw sa SPECT (brain scanning).

Nagulat si Bert (not his real name) nang pag-uwi niya mula sa pagiging OFW ay nagpalit na ng relihiyon ang asawa niya. Hindi man siya pinipilit nitong magpalit ng relihiyon, ang dami namang napapansin ni Bert na pagbabago sa asawa.

Minsan ay sumama siya rito out of curiousity. Sa umpisa ay na-iilang si Bert sa mga pinaggagagawa at pinagsasasabi ng mga tao sa loob ng simbahan, pero nang kalaunan ay naaliw na rin siya hanggang sa naramdaman na lamang ni Bert na humahagulhol siya sa kaiiyak. May kakaibang kilabot siyang naramdaman sa kaniyang katawan na tila nagsasabing sinapian nga siya ng Banal na Espiritu. Sa huli, nagpalit na rin siya ng relihiyon na kagaya ng kaniyang asawa. Nag volt-in kasi si TL kay LS kaya nahanap ni Bert ang kakaibang ligaya sa bagong paniniwala niya sa Diyos.

Madalas naman makakita ng aninong gumagalaw sa nilipatan nilang bagong bahay si Itoy (not his real name). Palibhasa ay may third eye ang lola niya, naisip ni Itoy na namana niya ang kapangyarihan ng lola niyang makakita ng mga nilalang na hindi tao.

Nang pinatingin sa doctor si Itoy ay nakita sa SPECT (brain scan) nito na hyperactive ang temporal lobe niya, bagay na nagiging dahilan kung bakit may kakaiba siyang nakikita sa kaniyang paligid.

Bago nag-umpisang makakita si Itoy ng mga anino sa bahay nila, nalaglagan ng buko ang kaniyang ulo. Sabi ni Itoy, dito daw nagsimulang mabuksan ang kaniyang third eye. Most doctors would say na may na-damage sa kaniyang temporal lobe. Dahil ito ang part ng brain na malapit sa ating bungo, ito rin ang very sensitive pagdating sa damage lalo kapag may head trauma or injury.

Doctor: May psychological problems po ang anak ninyo kaya siya naghahalucinate na nakakikita siya ng demonyo.

Albularyo: May kumukulam po sa anak ninyo, ipa-exorcise po natin ang diablo.

Personally, I believe in both. Science and God nga di ba? I believe that there are bad energies/spirits roaming around us at kapag mahina-hina ang mental and spiritual areas ng buhay mo, the same bad energy may reside within you through your thought processing.

Saang part ng brain mo ito nangyayari? Sa Temporal Lobe.

Ang level ng temper ng isang tao ay dapat depende sa gravity ng dahilan kung bakit siya galit. Ang inis, bwisit, asar, at pikon, ay ibang level sa muhi, poot, at galit. Si TL ang nag-reregulate ng level ng iyong galit. Ang maayos na TL ay marunong pakalmahin ang kaniyang sariling neurotransmitters para hindi maging super explosive ang temper ng isang tao.

PROBLEMS OF THE TEMPORAL LOBE

Biological aspects such as introduction of external chemicals in your brain coming from alcohol or drugs can alter the functions of the TL. **Psychological and social aspects** such as religious beliefs you got from your parents and people you hang out with can also influence how your TL functions. Even your own personal **spiritual** journey plays an important part in the health of your TL.

Muntik nang tagain ng sabog na sabog sa droga na si Jerry (not his real name) ang sanggol niyang anak. Buti na lamang at naawat ito ng asawa. Nang mahimasmasan at mawala ang tama ni Jerry ay sinabi nitong malaking bulate ang tingin niya sa anak noong mga panahong iyon.

Sa takot ay nag-alsa-balutan ang mag-ina niya at tuluyan nang iniwan ang addict na si Jerry.

Mayroon ding mga memories si TL na hindi niya pinapa-alala sa atin pero nakatago sa kailaliman ng ating memory storage. These memories are suppressed to protect us, lalo yung mga traumatic memories. The problem happens when these memories are not dealt with properly at bigla itong lumabas sa panahong hindi tayo ready. Nagde-develop tuloy tayo ng mga mental health issues kapag ganito.

Palaging kinikwento ni Thelma (not her real name) ang tungkol sa nakilala niyang kaibigang si Alice. Awang-awa siya rito dahil ilang taon na itong ni-re-rape ng sarili nitong ama. Hinikayat ng mga katrabaho ni Thelma na dalhin nito si Alice sa presinto para magreklamo. Agad namang sinama ni

Thelma si Alice. For some reason, nakakausap ni Thelma at nakikita nito si Alice pero hindi ito makita ng mga tao sa paligid, maging ng mga pulis. Sa huli, sinabihan ng mga pulis ang mga katrabaho ni Thelma na dalhin na lamang ito sa doctor.

Sa maingat na pagsusuri ay nalaman ng tuminging doctor kay Thelma na ang kwento ni Alice ay kwento ni Thelma. Isang malalim na memoryang binaon ni Thelma sa limot sa loob ng maraming taon. Lumabas lang ulit ang trauma ni Thelma sa katauhan ni Alice nang bigla siyang nakatanggap ng balita mula sa kapatid niya sa probinsiya na hinahanap daw siya ng tatay niyang may sakit dahil gusto raw siya nitong makausap. Sobrang na-stress si Thelma sa sinabi ng kapatid at si Alice ang naging resulta ng stress na ito.

Remember the issue of ACG na nag-ho-hoard ng negative emotions to the boiling point (case of Liza)? The boiling point is when the TL becomes affected and could no longer regulate your temper. In the Philippines, salamat sa Diyos wala tayong school shootings. Sa USA 'di ba rampant ang school shootings at kapag inalam mo ang background stories, palagi itong tungkol sa mga students na inapi or na-bully tapos hindi masabi ang sitwasyon nila. Ang naging way na lang para i-express nila ang galit ay ang barilin ang kanilang mga classmates. Grabe noh?

Buti na lang sa Pilipinas uso pa ang tsismisan. Nakapaglalabas tayo ng galit at inis sa ibang tao (behind his/her back). Buti na rin ito kaysa naman ipunin mo tapos bigla ka na lang mamaril.

Although hindi naman tayo na-spare pagdating sa road range at barilan sa kalsada dahil lang nagkainisan ang mga pasaway na drivers sa away trapiko. We even have a case na kita sa CCTV camera kung paano casual na binaril ng isang mama ang lalaking nakainisan niya sa parking tapos naroon pa sa loob ng kotse ang mga anak nitong maliliit pa. How traumatic! Kapag na-SPECT ang brain ng mama, malamang TL nito ang either hyperactive or inactive.

Posible rin na yung masyadong overacting sa faith kay God or sa religion ay sign din ng problem sa TL. 'Yung lahat na lang ng gagawin mo natatakot ka kasi baka mapunta ka sa impyerno. 'Yung uber legalistic ka na sa pag interpret sa Bible at sa mga pamamanata sa simbahan to the point na iniiwasan ka na ng mga tao sa paligid mo. 'Yung hindi ka lang mukhang member ng kulto, ikaw na rin ang lider nila.

Kilalang evangelical speaker si Harry (not his real name) na halos ikutin na ang buong mundo para lang ipamalita ang Salita ng Diyos. Isang araw ay tumawag sa kaniya ang anak niyang panganay. Diagnosed itong may clinical depression dahil mayroon itong separation anxiety.

"Pa, can you come home please. I need you," lambing ng anak.
"I'm doing the work of God, anak. Please understand."

Two days later, natagpuang nagbigti ang anak ni Harry sa kwarto nito. It's the will of God." Ito ang sabi ni Harry nung interview-hin siya.

Hindi rin. I believe in God and God's will pero hindi gawain ng Diyos ang mang-agaw ng ama ng tahanan para lang maglingkod sa Kaniya. Paano ka magiging pastol sa ibang tao kung hindi ka muna pastol sa pamilyang binuo ni God para sa iyo?

Malamang naging hyper ang TL ni Harry to the point that preaching gives him extreme happiness and pleasure (LS) resulting to non-stop travelling (BG). Dahil dito, naging over-focused (impulsive) siya sa paglilingkod niya sa Diyos (PFC) at hindi siya maka-shift or mawala ang compulsion niya (ACG) at paniniwalang magagalit ang Diyos sa kaniya kapag hindi siya nag-travel para mag-preach ng salita ng Diyos.

Kaya minsan yung masyadong OA sa faith nila kay God eh nagdududa ako kung God ba talaga ang gino-glorify nila o sarili na lang nila. Kaya ingat-ingat sa mga maling propeta, baka wolves in sheeps' clothing sila.

A very famous mall in Quezon City is rumored to be a home to several lost souls. True enough, in the past five years sunod-sunod ang nababalitang tumatalon sa 5th floor pabagsak sa basement ng mall na ito. The news would always say, "It was suicide due to depression." However, one interesting article stated an alternative point[37].

Based sa kwento ng lalaking sumulat ng article sa kaniyang FB page, tambayan niya ang mall dahil walking distance lang ito sa bahay nila. Sa 5th floor siya ng mall naglalagi dahil maganda nga ang view dito. He also shared weird thoughts crossing his mind kapag nakatanaw siya sa glass barricade ng 5th floor pababa sa basement. Apparently, may tila boses na nagsasabi sa isip niya na tumalon. It was not a real voice per se but close enough to somewhat influence a weak or may lagnat na utak to follow. A video was even caught in the area showing white smokey figures roaming at the 5th floor with the crowd during the "usyoso" period after one of the many suicides had been commited.

walang magawa tamang tambay at palamig muna sa mall. Walking distance lang kasi mula sa bahay.

Madalas ako dumungaw sa glass barricade mula 5th floor ganda kasi ng view. Then madalas na lang mayroong voice na bumubulong sakin or something like may pa-pass na thought sa isip ko. Sa tuwing dudungaw ako.

Ang sabi ng voice:
"Tumalon ka ililigtas ka ng Guardian Angel mo",
"Hindi ka papabayaan ng Dios mahal ka niya". "Ipapakita sayo ni God ang power niya kaya wag kang matakot tumalon".
"Sige na talon na you trust God di ba don't be afraid".
"You are a Christian , anak ka ng Dios wag ka matakot sasaluhin ka niya".
"Wala kabang tiwala sa Dios?"

Parang kinekwestiyon pa ng voice yung faith mo kay God. At pag hindi ka tumalon ibig sabihin you don't trust God enough.

Sabi pa ng voice "pagkatalon mo hindi ka mamatay. Ang mangyayari magigising ka sa bahay niyo na parang panaginip lang".

Pero hindi ko tinutuloy na tumalon medyo nasa wisyo pa naman ako eh. Pero unti na lang parang gusto ko na talaga tumalon to prove that I trust God. Napakaconvincing kasi talaga ng voice na yun at parang may point yung

Whether the stories about the mall and what this guy has posted are true or not, the fact remains the same, TL is the part of your brain affected and influenced by the mysticism that you believe you see and/or heard.

I personally believe in God which also makes me acknowledge that there are dark energies in this world that are not of God or for God. Ang punto lang eh kung maniniwala ka rin lang sa naririnig at nakikita mong hindi nakikita at naririnig ng iba, wouldn't you rather team-up with God kaysa sa kabilang team? Just saying.

Don't underestimate the power of dark force. They would either make you believe that they are unreal or small then strike you with your arrogance, or they would play big in your life and paralyze you with your fear. Overpower dark forces by the power of our great God instead.

"Whew!" My daughter told me after reading this part of the book, *"Grabe, information overload! Alam ko na kung anong sakit ko, BG at ACG."* Tama naman siya, observed ko rin. *"Alam mo yun Mi, naintindihan ko yung explanations mo sa mga parts ng brain pero kapag ipauulit mo siya sa akin para ituro sa iba, ang hirap niyang ipaliwanag lahat."*

I just told her that it's for the readers to get to know their brains and hopefully change their lives for the better. Mahirap talagang magpaliwanag ng laman ng libro kaya dapat ang book na ito ay ipabasa sa iba instead na ipaliwag.

Pero dahil may mga personal na sagot kayo na nakasulat sa book na ito eh bilhan ninyo na lang ng bagong libro ang friends and families ninyo, pang-regalo sa susunod na pasko.

ANONG PART/S NG BRAIN MO ANG PALAGING MAY LAGNAT?

- -

Dahil alam mo na kung anong part/s ng brain mo ang nagkakaroon ng problema, mas mabilis mong maintindihan ang sarili mo sa tuwing inaatake ka ng iba't-ibang mental issues.

'Di ko sinasabing mamili ka sa limang predominant clustered parts ng brain mo dahil naroon lang ang problema mo sa mental health. Posible na may isang predominant part ka ng brain na nagbibigay sa iyo ng mental health disorder, pero on occasion, depende sa mga triggers at stressors, all these five (5) parts of your brain can suffer at one point in your life and situation.

Dalawa lang ang pwedeng mangyari o gawin mo now that you know. **Either EMBRACE IT and make this an excuse for your miserable life or OVERCOME IT and change your life for the better.** Hindi mo pwedeng sabihin na, *"Kasi may problema ako sa ACG kaya obsessive compulsive talaga ako."*

Hindi ito ang purpose why you need to know the biological functions of your brain. Dapat i-overcome mo. Meaning, kapag na-de-depress ka and you know something is happening in your limbic system, try to find a way to overcome such. Kaya nga know your brain and change your life. Sa iyo pa rin mag-uumpisa dapat ang pagbabago ng buhay mo for the better.

I remember driving my car na tatlong oras lang ang tulog ko. Bukod sa pagod ang nararamdaman ko, biglang ang lungkot-lungkot ko at gusto kong umiyak habang nakikinig ng malungkot na kanta. I realized that with lack of sleep, my LIMBIC SYSTEM is overworking. With this, huminga ako nang malalim at ni-relax ang sarili ko knowing that I need to sleep more para hindi ako makaramdam ng lungkot kahit wala namang dahilan.

Kapag masyado akong hyper about religious stuff, which I have a tendency to do (Halata ba?), I cannot help but smile kasi alam kong predominant ang paggana ng TEMPORAL LOBE ko. Sometimes I tend to overdo it, kaya kinakalma ko ang sarili ko thinking that I cannot go deep in the discussion about God dahil nagmumukha akong baliw na hallelujah amen sa iba. My daughter always says, whenever I'm sharing my Godly thoughts with her, *"Mommy, babawan mo lang, nosebleed na ako."*

Sabi nga ni Erwin Mcmanus, *"Don't use holiness to isolate*

yourself from others and make you irrelevant." In a subtle way, I can serve God without being super OA. The way I live my life is enough to shout that God is in control of me.

Kapag malapit naman akong magregla, ayan na, bilog ang buwan, 'lam na dis! Konting bagay ang init agad ng ulo ko, galit agad at sobrang ikli ng pasensya ko. Syempre ang aking TL ay naaapektuhan ng hormonal changes brought about by PMS.

May episode naman na sobrang linis ako nang linis ng bahay o biglang na-o-obssess ako sa labahin ko at gusto ko pag nag-utos ako sa mga anak ko, they do things my way. My kids always call me out, *"Mi topak mode ka na naman?"* Kapag ganito, I sit down and think. *"Amy, you are deflecting something. Your ACG and BG are overworking dahil mayroon kang iniiwasang issue na dapat mong harapin kaya na o-OCD ka na naman."*

Ang pinaka-predominant kong issue sa brain ay ang aking PFC. I tend to be overly excited about new things. I love changing from one task to another and I really tend to be impulsive in my decision makings. In a way, even if my body is already resting, naku ang mga ideas sa utak ko labas masok na hindi ako maka-focus mabuti sa dapat kong gawin sa gabi, which is magpahinga. In this case, my dopamine is very high that it triggers my hyperactive imaginations. Kapag ganito, I really fight my way to make myself relax. PFC rin ang dahilan why I'm very controlling at mayroong borderline OCD at times, when I'm focused about something, I have a tendency to obsess about it and do everything I can to achieve it.

Mahirap harapin ang problema sa mental health pero **awareness is the key.** Palagi naman eh. Ang unang hakbang sa pag-solve ng problema ay maging aware ka at aminin mo muna sa sarili mo na may problema ka talaga. Kasi kapag pinagsama mo ang denial at ignorance, 'wag ka nang umasa na mababago mo ang buhay mo.

Kung aware ka sa nangyayari sa utak mo and why your brain

acts up that way in a specific time or event in your life, matutulungan mo ang sarili mo. Also, hindi mo maro-romanticize ang suicidal ideas na mayroon ka dahil alam mong nagmo-moment ka lang. Everything shall pass and you will be well again.

Remember, three days. I always give myself three (3) days to induldge. Yung tipong, *"Sige Amy, gusto mong mag-emo emo today? Pagbibigyan kita, sige iyak gurl, magdrama drama ka."* Pero parang sakit, kapag after three days at hindi pa gumaling ang ubo at lagnat mo, go to the doctor na at baka kailangan mo na ng antibiotic.

Ganun din sa iyong emotional issues. Hintay ka kahit three days bago ka mag-panic. May lagnat lang ang brain mo. Give it a rest. 'Wag mong piliting mag-work, just breathe and relax.

While doing so, **turn all your emotional issues and mental illnesses as something to overcome and conquer.** Kaya mo 'yan! Kaya natin 'yan! You can change your life by simply getting to know your brain.

Actually by reading this book, ginagawa mo na ngang tulungan ang sarili mo. You are turning your mental breakdowns to mental breakthroughs! Salute to you!

PART V: YOUR THOUGHTS (PROCESSED)

Defense mechanism, survival mode, fight or flight. These are all associated with how we respond to stress in our lives. Lahat tayo mayroong built-in na ganito sa ating pagkatao na tinatawag na STRESS RESPONSE SYSTEM (SRS).

Kapag maayos ang SRS mo, madali para sa iyong magbago ng script at i-alter ang resulta ng buhay mo for the better.

As per Sigmund Frued, there are various ways in which we respond to stress. To simplify, let me briefly discuss the basic three: reflection, deflection, and projection.

REFLECTION

Like looking at yourself in the mirror, reflection is examining your own thoughts and/or feelings.

This can be a positive or negative defense mechanism. You can use reflection to identify whether you've made a wrong or right decision by objectively assessing your situation. It takes maturity (PFC) to perform a positive reflection that will result to owning up your mistakes and learning from them.

"Mali ba ako? Ano ba ang dapat kong ginawa? Mali nga ako. Pasensya

na, hindi ko na uulitin. Paano natin ito gagawing tama?" Ilan lamang ito sa mga positive statements ng isang taong nagse-self reflect.

"Kawawa naman ako. Hindi ko na kaya. Bakit palagi na lang akong mali?" Ito naman yung self-reflection na posibleng mag-cause ng depression at anxiety sa isang tao.

As you reflect, your LS, BG, PFC, ACG, and TL must be in harmony with each other. In this way, you can positively talk and listen to yourself while assessing your actions, decisions, and emotions.

DEFLECTION

Kapag ang salamin (mirror) mo naman ay tinapat mo sa ibang direksyon para mag-reflect ng ibang mga bagay other than yourself, this is what we call deflection, or the process of changing the course of your thoughts and emotions.

Mabuti ang deflection once in a while. Ibig lang sabihin nito, ginagamit mo ang ACG mo para mag-shift ng attention temporarily muna lalo kung feeling mo ay na-o-obsess ka na at na-stuck ka na sa iisang emotion kakaisip mo ng problema.

"Take a break, have a Kitkat," ika nga.

Favorite na defense mechanism ito ng mga lalaki. *"Idaan na lang natin sa ma-boteng usapan yan 'pre."* Syempre naiinis ang mga babae sa ugaling ito ng mga lalaki. It appears that they are escaping or ignoring the situation, but at times, it's a good way to relax and reboot. Madalas pa nga sa relax mode naiisip ng mga lalaki ang solusyon sa problema nila.

Deflection is good. Just don't overdo it because it may develop into another form of mental illness (like eating disorder, alcohol addiction, etc).

Ella (not her real name) is a 10-year-old girl with a controlling mother. Sobrang daming strict rules na dapat sundin ni Ella. Dahil nag-iisang anak, siya ang center of attention at siya rin ang source of pride ng buong pamilya. Kaya naman tutok ang lahat sa pag-aaral ni Ella at sa pagiging honor student nito. Konteng palpak lang ni Ella na naka-apekto sa grade niya ay may kaukulang parusa, gaya nang hindi paglalaro sa labas ng bahay o pag-gamit ng gadgets.

Dito nagsimula si Ella na mag-drawing ng mga madudugo at bayolenteng pinta. Sublimation ang tawag dito which is a form of deflection. Dinadaan ni Ella ang galit na nararamdaman niya sa pagiging controlling ng ina through her violent arts. Ito ang reaction formation ni Ella. She is torn between hating and loving her mother so she shows her love for her by following all the strict rules habang patuloy siyang nagtatanim ng matinding galit dito.

Ella once asked my daughter, *"Kung mamimili ka kung sino ang dapat mamamatay, mama mo o papa mo?"* When I explained to my daughter the situation of Ella, naintindihan na niya, medyo morbid kasi ang dating ng bata sa kanya.

I'm yet to explain to Ella's mom the effects of putting too much pressure to Ella at such a young age. It can be both beneficial and disastrous to demand such high standard of achievements. Dapat talaga aware ang mga parents to balance encouraging and motivating their kids.

You went home angry with your boss or teacher. Since you cannot kick him or her, you just kicked your cat. You do this to anger the cat because you want to extend your thoughts and feelings into someone else as a form of asking for sympathy. Worst, you don't have a cat so you kick (project your negative emotions) your loved ones instead.

"Sinong umutot?", syempre yung unang nakaamoy ng utot, malamang siya ang umutot. Yung ginawa niya o naramdaman niya eh pinoproject niya sa iba para pagtakpan ang totoo niyang ginawa o naramdaman. *"Gutom ka na ba? Gusto mong kumain?"* Minsan ibig sabihin nito siya ang gutom at gusto niyang kumain kayo.

Again, hurt people hurt people. Ibig sabihin, sa likod ng mga bully ay mga taong na-bully rin. Yung pain at galit niya sa ginagawa sa kaniya ng iba ay pinapasa niya sa ibang tao. Such is the practice of negative projection.

Projection is nice when you project a positive emotion. Sobrang saya mo kaya bigla kang nanlibre ng pizza at burger sa mga dabarkads mo. Nahawa tuloy sila sa saya mo. 'Yung sobrang in-love ka na naging very patient ka sa mga taong nakakasalamuha mo kahit wala yung taong kinaka-in-love-an mo. 'Yung tipong, kilig na kilig ka at gusto mong yakapin ang crush mong nasa harapan mo pero napayakap ka sa ibang lalaki. 'Yan tuloy, akala ng crush mo boyfriend mo yung lalaking 'yun kaya hindi na niya tinuloy ang panliligaw sa iyo. Kung kani-kanino mo kasi pino-project ang nararamdaman mo eh.

Again, lahat naman ay healthy gawin for as long as hindi ito magdudulot ng disorder sa buhay mo. Always work on coping or defense mechanisms na mas ginagawa kang productive at mentally healthy kaysa yung gagawa ka ng bagong disorder sa buhay mo.

Coping or defense mechanisms such as reflection, deflection, and projection are your ways of dealing with your stress positively or negatively. Psychologically, this is how your brain thinks and reacts.

WHAT IS YOUR USUAL COPING OR DEFENSE MECHANISM?

If the biological aspect is about the wiring of your brain, the psychological aspect is how your brain is trained to think.

Madalas kapag biological ang brain issues mo, bibigyan ka talaga ng psychiatrist ng prescription drugs, bagay na hindi ginagawa ng psychologist dahil hindi sila allowed mag-prescribe ng gamot. Ang pwedeng gawin ng psychologist ay Cognitive Behavioral Therapy (CBT)[38].

Simply put, tuturuan niya ang utak mong magbago ng direksyon at style mag-isip para maging positive ang Stress Response System mo pagdating ng mga problema. Ang ibang tawag sa prosesong ito ay CHANGING your **MINDSET.**

COGNITIVE BEHAVIORAL THERAPY (CBT)

Dr. Aaron Beck was the one who introduced the above concept as a form of psychoanalysis which is an approach in treating mental health problems.

Sa madaling salita, ang ating utak (cognitive) ay may kakayahang impluwensiyahan ang ating attitude (behavior). As such, if treatment is focused on improving the way our brain thinks, improved behavior would follow.

Positive scripting is my personal form of CBT. Again, ang buhay mo ay isang pelikula; pwede mong i-revise ang script na hawak mo. Kwento natin ito kaya dapat mayroong kwenta.

I grew up in a time when name-calling was rampant and accepted. I was called "ipot". My sister was called "bunak" and one of my cousins was called "tae". All of these referred to poop. Why? We pooped our pants when we were kids and it became an issue to our elder relatives who were probably tasked to wipe our asses. They hated this chore, so they teased us about it until we're all grown ups. Ugh! Those are humiliating times especially when you're a young lady with crushes.

When I became a mom, my daughter's nanny, a relative, started calling my daughter "kapre", referring to her being tall and skinny. Hmmm… This did not sit well with me so I forbade name-calling in my house from then on.

"Ang kulit mong bata ka! Ligpitin mo nga ang kalat mo! Sobrang burara ka talaga." 

"Bait, pakiligpit ang kalat mo after mong maglaro ng mga toys mo ha. Very good ka talaga, ang linis ng kwarto mo palagi."

So instead of saying, *"I can't do this anymore. I give up! I want to die!"* How about changing your script to, *"This too shall pass. Just hold on, things will be okay."*

Practice it and see the difference. It will brighten your days and pump blood and oxygen to your brain. Mula sa pagiging

kontrabida eh pwede kang maging bida sa sariling mong pelikula. You have the power to write your own life's script. This time, hindi ka kontrabida at hindi ka extra dahil ikaw ang bida sa iyong pelikula.

Ikaw rin ang pwedeng magdesisyon kung anong gusto mong movie genre: action, drama, o comedy, basta 'wag naman horror ha. Kung gusto mo pa nga fairy tale (fantasy) para palaging may happy ending. Pero be realistic pa rin.

Life is not always a fairy tale. Heck, kahit nga mga prinsesa ng fairy tales ay may topak din eh!

Tinusok ang sarili ng karayom (self-infliction of pain) at tulog nang tulog (kaya nga sleeping beauty), ilan lang ito sa signs ng depression na issue ng limbic system. Anong nag-trigger sa isang 16 year-old na dalaga para ma-depress sa buhay? Lumaki si Aurora sa piling ng tatlo niyang tita (fairy godmothers), simple ang buhay pero masaya. May na-meet siyang lalaki sa gubat at na-in-love siya rito. Kaso nalaman niya ang totoo. Marami palang sikretong bumabalot sa kaniyang pagkatao. Mayaman siya, prinsesa, at may fiancé na siya. Oh no! She could not process well such sudden turn of events in her life.

Pero bakit happy ending pa rin ang story ni Princess Aurora? Well, help came to rescue her. She was surrounded by people who love and care for her. Truly, **LOVE CONQUERS ALL.** Hindi man nalabanan ni Aurora on her own ang depression niya, other people fought for her. Like Aurora, we just have to make sure na ang ibang mga tauhan sa ating kwento ay mga taong mahal tayo. Kapag may kontrabida, ayos lang, hindi naman yun mawawala sa istorya, basta ang mahalaga sa huli eh tatalunin natin sila.

SAD AND FROZEN ELSA

Princess Elsa suffered from Social Affective Disorder (SAD) at nati-trigger ito ng issue ni Elsa sa kaniyang Basal Ganglia, kaya kung ano-anong lumalabas sa katawan niya (somatic). Yung ibang tao migraine or ulcer, kay Elsa yelo. Grabe no? May anxiety (fear) si Elsa na makasakit ng tao. Muntik na kasi niyang mapatay ang kapatid niyang si Ana. Kaya naging agoraphobic siya at nag-isolate (recluse) ng sarili. Lalo tuloy lumala ang mental breakdown niya.

Pero matapang si Elsa. Nilabanan niya ang mental breakdown niya sa tulong na rin ng taong mahal (sister) siya. Ang ending, na-realize ni Elsa na may gamit naman pala ang pagiging somatic niya at hindi naman siya huhusgahan ng mga tao. In fact, naintindihan ng mga ito ang kakaiba niyang power.

Oh, 'di ba? Kaya kapag may mental breakdown ka, lalo kang mag-reach out sa mga taong mahal at tutulong sa iyo. Malay mo, blessing in disguise pala ang topak mo.

NARCISSISTIC SNOW WHITE

Haaay... ang hirap din kasi maging masyadong maganda, kaya minsan ang laki ng problema ko eh. (Charot!)

Sabi ng evil stepmother ni Snow White, "Mirror mirror on the wall, who's the fairest of them all?" Sagot ng mirror, "Si Snow White po." Pinatawag si Snow White ng evil stepmother at tinanong, "Tingin mo maganda ka ha? Sagot!" Sumagot si Snow White, "Of course! Ma-o-obsess ba sa akin ang pitong lalaki (este duwende) kung hindi?"

Sige nga, kung hindi ka gandang-ganda sa sarili mo (narcissistic), kadalaga mong tao papayag kang tumira sa isolated na cottage kasama ng pitong lalaking may gusto sa iyo? May PFC issue din 'tong si Snow White eh. Gusto ng shift ng shift ng attention kaya ang daming lalaki sa buhay. Tapos tumanggap pa ng gift (apple) sa stranger. Oh, 'di ba, di man lang nag-isip. Nabilaukan tuloy siya, patay!

Pero gaya ni Aurora, to the rescue ang mga nagmamahal kay Snow. Kainis noh? Buti pa sila ang daming nagmamahal eh yung ibang nagbabasa nito - single since birth. Ano ang redeeming quality ni Snow? hindi niya alam ang effect niya sa ibang tao. Kasalanan ba niya na naging maganda siya? Basta ako, hindi ko kasalanan.

OBSESSED PRINCESSES

Ano ang common kina Princess Ariel (Little Mermaid), Princess Ella (Cinderella), and Princess Rapunzel (Tangled)?

They have **OCD (Obsessive Compulsive Disorder).** Ikaw ba naman hindi ka magpapagupit ng buhok mo hanggang sa lumagpas sa lupa. San ba ni Rapunzel gustong paabutin ang haba ng buhok niya, hanggang impyerno, ganon?

Mabaliw-baliw naman si Prince Charming kay Cinderella kasi matapos nilang maghoneymoon, walang ginawa ito kundi linisin ang buong palasyo.

Tapos si Ariel, hoarder ng mga bagay na lumulubog sa dagat. Kahit basura kinukuha at iniipon sa sikretong taguan niya.

May issue sa ACG ang mga prinsesa na ito. Masyado silang stuck up sa mga bagay-bagay sa buhay nila.

Yet again, happy ending pa rin ang stories nila. They learned to eventually let go of their obsessions and as a result, they were rewarded with a better alternative, love life. Waaah! Kainggit!

ILL-TEMPERED JASMINE AND DELUSIONAL BELLE

Problema sa temporal lobe ang mayroon si Princess Jasmine.

Palaban kasi at palaging mainit ang ulo niya. May point naman siyang magalit. Ipakakasal kasi siyang pilit sa taong hindi naman niya mahal. Kahit sino namang tao sa panahon ngayon eh maiirita rin di ba?

Si Belle naman eh nakikipag usap sa nagsasalitang lampara, tasa, at platito tapos nagkagusto pa sa isang beast. Oh 'di ba, may topak din! Nagkaroon tuloy siya ng Stockholm Syndrome, na-in-love sa kidnapper niya. Dahil kaunti lang ang happy memories ni Belle, puro sa tatay niya lang, feeling niya ay mas sumaya siya sa piling ng beast.

Itong sina Belle at Jasmine attracted sa bad boys, palibhasa temporal lobe is where anger and violence sit. Na-in-love yung isa sa beast, yung isa naman sa magnanakaw at sinungaling. Na-po-project kasi nila ang damdamin nila sa iba.

Pero syempre happy ending pa rin, kahit naman magagalitin si Jasmine eh matapang siya sa pagharap sa mga pagsubok niya sa buhay. Innate naman kay Belle ang maging mapagmahal kaya naman binigyan sila ng reward. Naging totong prinsipe si Aladdin at naging pogi na ulit si Beast.

Of course we are looking at these stories as an analogy of psychological issues. Baka naman masyado mong seryosohin at maging very legalistic ka (Hoy excuse me, hindi mo nirespeto ang character ni blah blah… wala siyang mental health issues. Part lang ng kwento ang blah blah blah). Oh, puso mo! Istresin pa talaga ang sarili? Stop overthinking things. Relax and have fun.

I'm still a big fan of these princesses. Ang point ko lang, see these princesses have issues of their own too and yet they are stars in their own stories no matter how crazy their lives are.

I once woke-up my then 14 year-old daughter, "Sleeping beauty, gising na! Oras na para maging Cinderella, maglinis ka na ng bahay. Sige ka, paglaki mo yung Prince Charming mo magiging beast pag di ka masipag." Sagot naman ang bruha kong anak. "Paglaki ko yayaman ako at maghahire ng seven dwarves na taga linis ng bahay. Kung ayaw ni Prince Charming, marami pang ibang lalaki dyan na maghahabol sa akin," sabay tulog ulit. Ang bruhilda feeling Rapunzel. Ang haba ng hair!

Tsaka hindi lang naman ang mga princesses ang may topak eh. Si Prince Charming nga may sexual disorders at compulsive womanizing issues dahil na-involve siya sa halos lahat ng prinsesa. Pinakasalan niya sina Cinderella at Snow White, at nagka-affair din (daw) siya kay Princess Aurora. Talaga 'tong si Prince Charming mahilig din eh no?

The thing is, may topak talaga tayong lahat. Pero hindi ibig sabihin noon eh hindi natin pwedeng baguhin ang paraan kung paano mag-isip ang ating utak. We have the power to change our thought processing for the better. Kaya chill lang, life is good and God is great!

Sa FINDING NEMO, saang part ng brain may issue si DORY? (Just keep swimming, just keep swimming...) ____________

"Grabe ang ganda ng chemistry ninyo together, bagay kayo." O kaya, *"Uy magkamukha na kayo, siguradong kayo ang magkakatuluyan."* Have you heard of such comments? Yung pinaka cliché na lang, "Birds of the same feathers flock together."

Our brain longs for a relationship with other brains. God made us very relational. In the Bible story, God made Adam and they were both happy. Yet God said while Adam was

sleeping, *"Hindi maganda para sa isang tao ang mag-isa, dapat siya ay may makakasama,"* so He made Eve for Adam. Let's not limit the relationships that we need to just our spouse. God initially made it that way, but eventually created several new relationships like ama sa anak, anak sa kapatid, asawa, kaibigan, amo, student, kababayan, kapwa-tao, etc.

We are, by nature, created to be magnetic with one another. Most importantly, we are attracted to be with people who get our topak and vice versa. We all know that there are no perfect relationships, so we try to make things work out with the people we are with even when it is difficult to do so at times.

Kapag kasundo natin ang brain (ugali, topak, at trip) ng isang tao, we become happy and fulfilled. Other times, kapag hindi natin kasundo ang brain ng mga karelasyon natin, our brain adjusts with theirs or vice versa specially if we still want to continue our relationship with them.

Kapag nabarkada ka sa stress eater, most likely magiging stress eater ka rin. Our brain adjusts to what each other likes and dislikes. Ito naman kasi ang essence ng relationship in order to live at peace with each other. Kailan nagiging unhealthy ang brain adjustments mo toward other people? Kapag hindi na nakabubuti sa iyo ang association mo sa mga taong palagi mong kasama, posible itong maging dahilan ng problema sa buhay mo.

Leadership is influence, nothing more, nothing less – John Maxwell. Sa panahon ngayon, people with so much influence make tons of money.

Grabe, magbukas ka lang ng Youtube channel, kahit gumawa ka ng puro kalokohang video at makaloko ka ng ilang daang libong taong mag-su-subscribe sa iyo, Youtube ads at limpak-limpak na salapi na agad ang katapat noon. Ang kaso, hindi naman lahat ng Youtubers eh maganda ang influence na binibigay sa followers nila. If you notice a sudden attitude change in yourself or the people you are with, and upon assessment, hindi biological or psychological ang reason for such attitude change, look into your new brain association, malamang naroon ang culprit.

Mga bagong friends sa FB, pina-follow na celebrity sa Instagram or Twitter, binabasang libro, napanonood sa Youtube, at kasabay kumain araw-araw — ilan lang ito sa mga brain associations na sampu-sampera mong makukuha sa panahon ngayon na pwedeng magpabago ng psychological well-being mo.

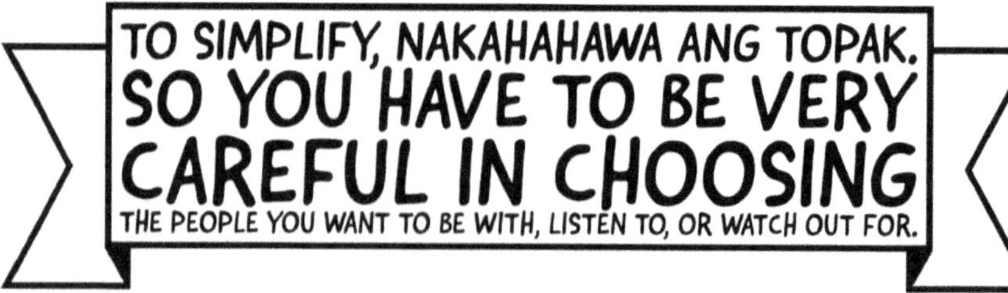

Isulat ang pangalan ng mga taong associated sa utak (meaning pinapayagan mong pumasok sa thought processing) mo who affect you in the following manner:

Makes you happy:___________; makes you rich:___________; makes you miserable:___________; makes you poor:___________; makes you a better person:___________; brings out the worst in you___________; you love to eat with___________; gives you mental breakdown:___________

Quick questions: In the names listed above, who do you want to break brain association with?___________

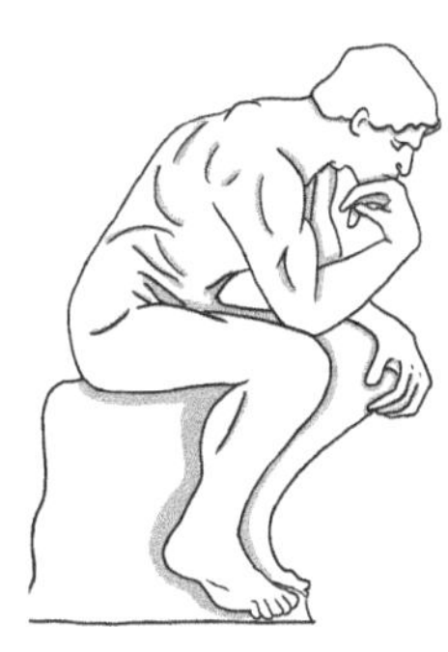

You know what? At the end of the day, PINILI mo ang relasyong mayroon ka sa ngayon. You have the power to surround yourself with people who will bring out the best in you and not make you go crazy. You have two choices: get rid of bad brain associates around you, or make your brain powerful enough so you can influence them to make your life better instead of the other way around.

This book is about understanding your brain and changing your life. It is nice if you will eventually understand others as well but…

Hindi mo pwedeng alagaan ang asong askal na nagwawala sa kalye at may rabies. It can kill you so iwasan mo sila. In as much as you want to understand people and their TOPAK in order to form a relationship, may mga taong malala na at dapat mo

talagang layuan or iwasan habang hindi pa sila magaling.

Yun ay kung gusto nilang gumaling. Paano kung ayaw pa nga nilang tanggapin na may mental health problem sila? Higit lalong dapat mo silang iwasan.

Who are the people that you should be careful with and try not to have brain association with?

> **"**
> **BALIW ANG TAWAG SA TAONG ANG TURNILYO SA UTAK AY MALUWAG. AARIIN ANG LANGIT AT DAGAT, YAYAMANING MATATAWAG**
> **"**

Let's look deeper into the spoken-word poetry inspired by the lyrics of Ms. Kuh Ledesma's song.

Narcissus is a famous character in Greek Mythology who drowned as he fell into the water while looking down at his own reflection. Na-in-love siya sa sarili niyang ka-gwapuhan. Sa kagustuhan niyang mayakap ang tao sa likod ng sarili nyang reflection, nalunod sya. The term **narcissistic** was coined from this story.

Nakalulunod talaga minsan kapag masyado kang gandang-ganda, gwapong-gwapo, o galing na galing sa sarili (GGS). Kaya bawas-bawasan mo ang kaka-seflie, marami na ring namatay diyan.

Upon reflecting on your own narcissistic tendencies, look into the people you are with. Sila ba yung sobra ang importansya na binibigay sa sarili, may excessive need na hangaan siya o purihin, at sobrang insensitive sa feelings ng ibang tao? Ilan lamang ito sa ugali ng isang taong may taglay na malalang kayabangan.

Bakit kailangan mong lumayo o mag-ingat sa mga ganitong tao? They are often manipulative and have a tendency to use you to their advantage. There is no concrete cause of this behavior and treatment is not always easy because most narcissistics do not admit that they are narcissists.

During one of my workshops, I asked my audience to analyze their possible mental breakdown tendencies. One participant, a Psychology graduate, said, "I have no mental illness. Besides, hindi mo basta-basta mada-diagnose ang sarili mo nang walang proper psychological exams na binigay ng psychometrician." Very legalistic siya noh? Innocently enough, one of the participants countered her by saying, "Mayroon kang sakit, narcissist, ang yabang mo eh para sabihing hindi ka tinotopak!" Joke lang naman dahil magkakilala sila. We laughed it off pero sa isip-isip ko, may punto yung kaibigan nya.

> **MERON NAMANG TAONG NASA TAMANG WISYO KUMITA NG SALAPI ANG TANGING BISYO PERO MARAMING BUHAY ANG GINUPO KAPALIT NG PERANG MAY DUGO**

Materialistic people. Marami nang sinirang pamilya ang sobrang pagmamahal sa pera. **Money is not the root of all evil, the love of it is.**

If you associate your brain with these people, mahahawa ka rin para lang makipagsabayan sa kanila. Baka huli na kung ma-realize mo na binenta na nila ang kaluluwa nila sa ngalan ng pera by doing evil things just for money. Tapos pati ikaw ay kasama sa nagbenta o binenta.

Materialistic people are often depressed. They are empty on the inside that is why they are filling their outside with all sorts of material things that they can acquire.

How to spot one? Yung palaging may delivery from Lazada at Shopee at hindi na ma-control ang sarili sa kabibili.

Tsismosa. Hindi lahat ng tsismosa ay sinungaling, pero ang problema sa tsismosa walang filter ang bunganga at walang pakialam kung nakakasakit na siya ng kapwa.

Mayroon namang taong may **Excessive Talking Disorder** but this is actually a symptom of another mental disorder which can either be Bipolarism (hypomania episode) or ADHD (hyperactive episode). We can understand these people pero hindi ang tsismosa na walang ibang gustong pag-usapan at i-analyze kundi ang buhay ng ibang tao.

Nagger. I was guilty of this! Bakit kailangan nating iwasan ang mga naggers? Hinihigop kasi nila ang good energy natin. Yung after nating makinig ng reklamo nila eh parang pagod na pagod tayo. Ang haba kasi ng litanya, hindi na lang diretsuhin ang gustong sabihin. Mas masarap pang ma-stuck mag-isa sa traffic sa EDSA kaysa ang makasama ang nagger sa biyahe, naku nakakairita!

Dati akong nagger pero hindi na ngayon. (Charot!) Tinigilan ko na ito dahil ang totoo, nakapapagod din mag-nag, ubos energy. How did I overcome my habit of nagging?

Ganito kasi… my kids always leave their plates with leftover food on the top of the sink. Nakakainis, 'di ba? Hindi na nga hinugasan, hindi pa tinanggal ang mumo. Kaya ilang minuto lang, ang dami ng langgam. Kapag nakita ko ito nagiging trigger siya sa akin na magbunganga. Ang totoo, I project my anger and frustrations to my kids lalo kapag pagod ako sa trabaho o kung anuman. Ginagamit ko yung pinggan na nakakalat to channel my anger and pass it on to my kids. But then, I realized that my excessive talking was not effective at all because I taught my kids to activate their defense

mechanism kapag sila naman ang na-i-stress. So they used deflection against me. Habang nag-na-nag ako, they shut off their brain and practice selective listening. The following day, madumi na naman ang lababo. Galit na naman ako and the cycle of nagging goes on and on.

That's when I also realized that I held a wrong script, so I applied positive scripting. Ano ba talaga ang gusto ko? Mawala ang nilalanggam na pinggan sa lababo. Bakit? Kasi na-i-stress ako. Agad akong nagpatawag ng family meeting. Alam nila that I'm serious kapag ganito, kasi kasama na ang daddy nila sa usapan. I needed the meeting to change my movie/life script.

Simple lang ang sinabi ko sa kanila. "Ayaw ko ng maduming lababo. Na-i-stress ako at tumataas ang galit ko. Ayaw kong nagagalit lalo kapag nasa bahay natin because it projects negative vibes in our home. So 'pag uuwi ako, gusto kong malinis ang lababo. Klaro?"

Nagging makes us talk round and round without hitting the point of what we really want to say. Just be direct, brief, and firm. Your message will be properly transmitted this way.

Agree sila. Syempre lahat o-oo-han nila lalo at kakampi ko ang daddy nila. Eh hindi pa ako tapos. "Kapag bukas may nakita na naman akong langgam sa lababo dahil sa maduming pinggan, dalawa kayong tatanggalan ko ng gadgets for the rest of the evening." "Hala!" Protesta nila. They knew though that I'm dead serious. Gagawin ko kapag sinabi ko. Simula nun, pag-uwi ko malinis na ang lababo. May sablay minsan pero sasabihin ko pa lang, "Ang lababo…" tatakbo na ang may kasalanan at maghuhugas ng pinggan bago pa ako magalit.

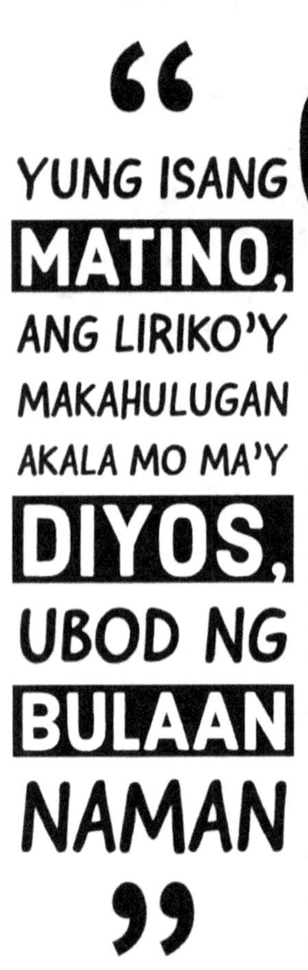

Pathological liars. Hindi ito simpleng sinungaling lang ang isang tao. Sakit siya, sakit na niya ang pagsisinungaling. Ang ibang tao ay nagsisinungaling to escape penalties or stay away from trouble. Ang pathological liars, nagsisinungaling and they believe their lies even if they're too good to be true.

Melvin (not his real name) was an ideal employee of mine. He was bright, a quick thinker, and very reliable. Kaya naman ang bilis niyang na-promote.

Kung may impression ang mga tao sa paligid niya tungkol kay Melvin, yun ay mayaman siya. Lola niya ang may-ari ng ilang malalaking malls sa Cebu at Manila. In fairness, yung mall na yun bata pa ako eh sikat na.

Nung kinasal siya, ang gusto ng lola niya eh sa Hongkong ito gawin dahil maraming business partners na gustong i-invite ang lola niya para maging ninong at ninang nila.

Nung nagka-anak siya, sobrang enggrande rin ng kanilang binyagan. Kapag may mga activities or events sa school, madalas hindi makasama si Melvin dahil marami itong business meetings kasama ang lola niya kaya madalas ay bumibyahe sila sa iba't ibang bahagi ng bansa.

In other words, in awe ang mga kasamahan ni Melvin sa kaniya pati na rin ang boss niya na nag-u-update sa akin ng buhay ni Melvin.

Pero may mga loopholes sa kwento ni Melvin kahit noong una ko pa lang itong narinig. Kung mayaman siya, bakit siya nagtiyaga sa minimum wage from the very start na nag-work siya sa amin? Nung kinasal sya at nabinyagan ang anak niya, bakit walang pictures sa social media niya at bakit walang invited na taga office, even his closest associates man lang? Sabi niya marami siyang businesses on the side pero bakit may mga nagkalat siyang utang sa katrabaho niya? Maliit na amount lang tapos hindi niya agad mabayad bayaran. Bakit din madalas siyang humirit ng increase sa sahod? Like nung nag-maternity leave ang boss niya at siya yung temporarily nabigyan ng responsibility, he requested for honorarium, which is not bad naman. Pero for a person who claims that he is a rich man and that he just enjoys working for our company, why demand? It's kinda weird that his story doesn't quite fit with his lifestyle.

Then one day, we discovered that he was having an affair with one of his subordinates (still a student). This is a big NO-NO in our policy. During our investigation, it was revealed to us that he promised the young girl that he will leave his wife and they will hide in his villa in Greece after makagraduate ni girl.

WHAAAATTT?!?! Pelikula ba ito? Melvin probably started from simple lies and they escalated from there. It became worst with the death of his mother and pressure of being a young dad.

Plastic. Ito ay taong doble-kara at may suot na iba't ibang maskara. Personality is said to come from the word "persona" or the mask that artists wore a long time ago for theater drama. Our personality changes as we mature, but some of our masks remain with us throughout the years.

Ibig sabihin, ang sundalo kapag nasa giyera at kausap ang boss niya, matapang siya at palaban. Pero kapag umuwi yan sa bahay at nakita ang nanay niya, babalik yan sa baby at maglalambing sa nanay niya para ipagluto siya ng ulam o ipaglaba. Ito ang iba't iba nating persona na sinusuot natin depende sa ating sitwasyon o okasyon.

Ang persona o ang maskara nating sinusuot depende sa kaharap nating tao ay protection natin. Alangan namang kaka-meet mo lang ng bagong kakilala, iki-kwento mo na ang buong buhay mo. Kailan ba nagiging problema ang pagsusuot ng iba't ibang persona?

Being physically abused repeatedly at a very young age by his foster uncle and cousins, Erwin (not his real name) invented the persona of Alvan, matapang at palaban na lalaki. Sa paglabas ni Alvan ay natuto si Erwin na lumaban at gantihan ng dahas ang sinumang manakit sa kaniya.

Ang pagkakaroon daw ng iba-ibang personalities o split (multiple) personalities ay bunga ng protective response ng isang tao sa trauma na nangyari sa kaniya. Napaka-kontrobersyal pa rin ng mental health disorder na ito dahil may mga kaso na na-discover na yung mga nag-ke-claim na may split personality sila ay pathological liar lang pala.

However, hindi mo na kailangang lumayo at maghanap ng kaso ng isang taong may multiple (split) personality. Tumingin ka lang sa tabi mo at makakakita ka ng taong plastic. Ito yung mga tipo ng taong patong-patong na ang persona to the point na pati siya hindi na rin niya kilala ang sarili niya. Kung kailan masaya ang lahat biglang e-epal at iiyak. Papansin lang. 'Pag malungkot naman ang lahat, saka biglang tawa nang tawa.

This type of people may develop a sociophatic tendency. They can manipulate and hurt people to their advantage. I'm sure may mga pinagdaraanan ang mga taong ganito pero the first line of defense for your mental health is to protect yourself against people like this. Hihigupin ng mga taong plastic ang pasensiya mo hanggang wala ka nang matira para sa sarili mo.

> ## MERON
> NAMANG TAONG PUSTURA ANG ITSURA, KALA MO SINO KUNG MAMIHIS AT UMASTA PERO HUBARAN MO NG DAMIT, PURO KALASWAAN ANG BITBIT

Sexual perverts. Is there even a need to explain why we need to stay away from them?

Sumikat ang series na Lucifer sa NETFLIX hindi dahil very religious ang concept nito, kundi dahil detective series ito na ala Sherlock Holmes ang dating at syempre super gwapo nung artista na Lucifer ang character.

There was one episode na pinuntahan ni Eve (unang babae) si Lucifer sa mundo natin at nakipag-sex siya rito. Sa isang scene, tinanong siya, *"Ikaw si Eve, as in Eve na binigyan ng mansanas ni satan?"* Tumingin si Eve kay Lucifer, *"Actually, hindi mansanas ang binigay sa akin ni Lucifer kundi saging."*, sabay ngiti ng malandi.

Interesting concept. What if the fruit of knowledge of good and evil na tinutukoy ni God na wag kainin nila Eba at Adan ay may kinalaman sa sex? Kasi matapos nilang kainin yun, nadiskubre nila na hubo't hubad sila at nagtago sa Diyos dahil nahihiya sila.

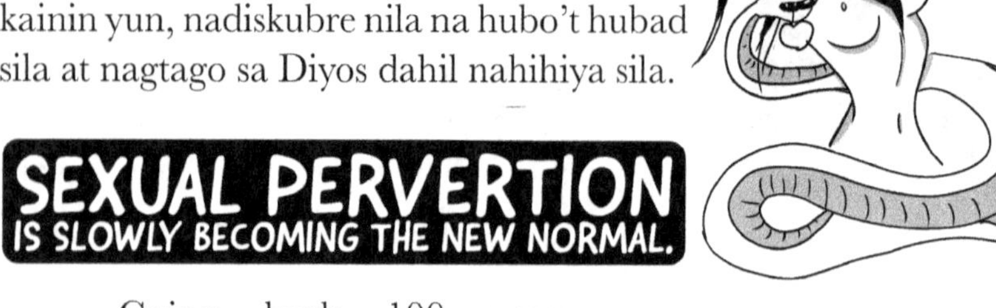

Going back 100 years ago, makakakita ka lang ng hubad na katawan ng ibang tao other than yourself, kung may asawa ka o aakyat ka pa ng pitong bundok at magtatago sa mga tao para lang bumili ng pornographic materials (effort talaga!).

Ngayon, inosente ka lang na nag-bubukas ng Instagram mo, umuulan ng libreng pictures at moving videos ng hubad na mga katawan ng babae at lalaki, matanda man o worst, pati mga bata.

Kahit naman Biblically, ang dami ring mga importanteng men of God na nabiktima rin ng sarili nilang sexual pervertion or weaknesses. Nag-umpisa ito kay Adan (nang alukin siya ni Eba ng kakaibang prutas), maging si David na nakatyempong mamboso sa magandang babaeng naliligo, at natuloy ng marami pang ibang modernong tao na mukhang maginoo pero ang ending eh rapist pala, thus the *#metoo* movement.

Against God, satan seems to be always using sex as his number one weapon dahil for some reason, ang hinahina ng control nating mga tao pagdating sa kahit anong bagay na may kinalaman sa sexual acts. That's why being impulsive when it comes to sexual actions is considered a mental health problem already[39].

Ito yung tipong pag tiningnan mo sa panlabas na anyo ang isang tao eh sobrang matino at maginoo pero yun pala ay maraming child porn sa computer hard drive niya. Gaya ng Fil-am actor na sumikat sa series na Glee na nag-suicide rin recently[40].

One of my girl college friends confided in me about her then boyfriend, Javy (not his real name). May ugali kasi si Javy na ginagawang solusyon ang sex sa lahat ng problema nito.

make·up sex (n.):

A pleasurable experience that serves as an enormous incentive to engage in more arguments.

Minsan na nag-away sila ng friend ko, hindi pa nga nare-resolve ang away nila ay agad na siyang dinala nito sa motel. Syempre bilang babae mas lalong nakaka-irita, pero walang magawa ang friend ko dahil malakas si Javy kaya naman lumalabas na parang ni-re-rape siya nito everytime nag-aaway sila bilang solusyon sa problema. Hanggang sa dumating sa punto na hindi na masarap para sa kanilang dalawa ang ordinary na sex. Either gagalitin ng friend ko si Javy para malibugan ito at nang sa ganun ay "ma-rape" na naman siya or kahit anong oras o lugar basta uminit ang ulo ni Javy ay hahanapin niya ang friend ko para lang makipag-sex.

Such sexual pervertion could escalate uncontrollably. Paano kung hindi available ang friend ko, ano manghahatak na lang si Javy ng ibang babae para ma-rape niya sa tuwing galit siya? Yung friend ko kaya, kung mag-break na sila ni Javy, kaya pa rin kaya niyang makipag-sex na hindi siya ni-re-rape?

I also experienced hiring a beautiful lady, Starrla (Not her real name). At first, her performance was superb that I approved her promotion. However, we learned that she loves talking about her sexual escapades, most specially to her students. She talked about her affair with a co-worker who is already a married man, her other boyfriends in between, and the strangers that she had one-night-stand with by just simply exchanging meaningful stares and winks at each other.

Initially, she explained that her stories are part of her lesson. What? Anong lesson ang matututunan ng mga bata eh parang pinagmamayabang niya ang mga sexcapades niya?! Starr has a colorful background. Marami rin siyang trauma. She married a guy who turned out to be gay, they have kids, one of which is with special needs, (parang alam ko kung kanino nagmana), and her other relationships aside from her husband turned out to be with gay men as well. The last I heard of her was that she was charged for allegedly hooking up with a minor.

Sexuality, the concept of having experienced one outside of marriage is exciting to most. As per research[39], three out of 10 males are addicted to porn. Sa panahon ngayon, nag-escalate na rin ang abnormalities ng mga tao pagdating sa concept ng sex. May mga nakikipag-sex sa hayop, inanimate objects (gaya ng dolls), at syempre yung worst ay yung mga nandadamay pa ng mga inosenteng bata.

Mag-doble ingat sa mga taong mukhang inosente, maganda, o gwapo na kung makakilos akala mo ay santo. Minsan sa loob ng maganda nitong anyo ay sexual predator pala ang nagtatago.

Sabi nga ng tatay ko noong bata pa ako, **"Amy, santo ma't may titi, dapat kang mangimi!"**

Ilan lang ang mga na-discuss natin sa mga brain associations na prescriptive (doctor's advice) mong iwasan. Pero paano mo iiwasan ang mga mga taong ganito?

ANG HALAGA NG HAPAG-KAINAN

Judgemental nga sigurong matatawag pero vigilant ako pagdating sa mga employees kong na-i-involve sa mga students. Madali mo namang mahuli, 'pag nagsasabay kumain sa iisang lamesa.

Sobrang powerful na bonding moments ang sabay na pagkain sa hapag-kainan. Kapag ayaw mong maimpluwensyahan ng isang particular na tao, wag na wag mo siyang sabayang kumain. Kung hindi maiwasan, at least dapat may kasama kayong iba sa hapagkainan.

I noticed a married employee taking lunch with his single subordinate quite frequently. I told their supervisor, "Bantayan mo yang dalawang yan, magkakagustuhan 'yan o may gusto na yan sa isa't isa. Baka sugurin tayo ng misis niyan dito, mabulabog pati mga students."

True enough, several months lang, umamin ang dalawa sa amin. They resigned in their own accord naman, which is mabuti na rin.

Such is the power of a table filled with food to share with others. Nabubuo ang samahan, ang pagkakaibigan, pati ang romansa pag usapang-mesa na.

EVEN JESUS BROKE BREAD WITH HIS FRIENDS DURING THE LAST SUPPER AND SUCH MOMENT IS STILL MAKING A STRONG STATEMENT OF LOVE AND BONDING EVEN UNTIL NOW

That's why I always make sure na kasabay kong kumain ang pamilya ko sa kahit isang meal sa isang araw, para masigurado kong may bonding moment kami dahil madalas kaming pinag-hihiwa-hiwalay ng internet at gadgets namin.

My cardinal rule sa hapag-kainan, walang magki-kwento ng negative, walang magsesermon, at dapat may asaran at tawanan kaming pamilya, which happens a lot actually. Kaya naman ang meal namin minsan inaabot ng higit isang oras.

Yan ha! Pili-pili rin kasi ng friends pag may time. 'Di yung takaw na takaw ka sa "LIKE". Lahat na lang ng friend requests pinatos mo kahit hindi mo naman kilala nang personal!

PART VII:
YOUR PURPOSE (DISCOVERED)

To be surrounded with people of healthy brain waves is heavenly, sila ang makakapitan nating pagmamahal at tibay sa oras na nilalagnat ang utak natin. Yun nga lang, people disappoint. It's a known fact. Heck! We, ourselves, are quite disappointing. At kapag dumating yung point sa buhay natin that our brain association is not working very well for us, **we still have our higher purpose to look up to.** There's a power in knowing why we are here on Earth in the first place and why God has given us the brain that we have.

> **" NAKALILITO, NAKAHIHILO... SINO ANG TUNAY NA BALIW AT SINO ANG DAKILANG TOTOO? SINONG DAPAT KAAWAAN, SINONG MASARAP IWAN SA KALAWAKAN? "**

Kanino ba dapat tayo maawa o mainggit? Kailan ba tayo dapat mag-judge o umunawa? Sabi ni God, love your neighbor as you love yourself.

As we discover who we are at kung anu-ano ang mga topak natin, we also have to take into consideration not to judge others. Kasi kung minsan yung nilalagyan natin ng label na baliw, sila pa yung totoong may tino sa buhay.

Sikat sa amin si Revo (not his real name). Graduating student siya nang makilala ko. Sa office namin siya nag-OJT at naging runner namin. Hindi matanggap sa ibang company si Revo dahil nasa spectrum siya ng pagiging special. Ang suspetsa ko ay Asperger na may kasamang ADHD.

Noong una niya akong na-meet sa isang event ay nilapitan niya ako at sinabing, "Importanteng tao ka pala dito sa school, bakit ngayon lang kita nakita?" Marami pa siyang tinanong sa akin na sinagot ko naman kahit noong una ay awkward. Nang lumaon ay madalas ko na siyang nakakabatian at maraming nakaka-aliw na kwento patungkol sa kaniya.

Minsan ay sasabihin ni Revo sa supervisor niya, "Maám busy ka ba? Pwede ba kitang makausap?" while his supervisor is in the middle of an important meeting with another supervisor. Nang minsan namang pahiramin ito ng kutsara para kumain, tinanong nito ang nagpahiram. "Wala ka bang sakit na nakahahawa?"

One time, inutusan itong bumili ng pagkain. Nang dumating siya ay dumaan ito sa gitna ng stage kung saan may nagpe-perform para lang ibigay sa judges ang pagkain, nagulo tuloy ang programa.

Sa umpisa iisipin mong papansin at kakainisan mo si Revo, but he does not mean anything bad. He just doesn't care about complicated emotional stuff. He says what he means and he means well. He has no filter but only pure honesty, which is actually quite refreshing, if you will just remove the noises of your sensitivity to being easily offended.

One day, while looking at himself in the mirror, wala lang niyang sinabi sa harapan ng mga kasamahan niya sa office, "Hay nakakainis ang mukha ko ang daming butas dahil sa pimples. 'Oh tingnan mo, hindi ako pinagpala ng makinis na mukha, nakakainis!" At talagang ilalapit pa niya ang mukha niya sa katabi niya, nagtawanan tuloy ang lahat, nakaaaliw lang, pampatanggal din ng bad vibes sa office.

You know why I love him? Para siyang si Sheldon ng Big Bang Theory. Revo was trying his best to fit in in spite of his shortcomings. Oo, kailangan mo lang habaan ang pasensya mo, pero hello?!?! Nakatapos si Revo ng pag-aaral niya sa kolehiyo. Nagawa niya ang isang bagay na hindi kayang gawin ng sampung matitinong taong ka-edad niya.

Revo is the opposite of my former officemate, Sheryl (not her real name), who kept on disrupting the operation of her unit dahil lang hindi niya makuha ang support ng boss niya sa gusto niyang mangyari.

When I investigated, dahil lumalala na nga ang sitwasyon, nagsimula lang ang lahat dahil inutusan ng boss ni Sheryl ang isa sa mga subordinates niya, bagay na hindi naging okay para kay Sheryl.

"Maám gusto ko lang malaman ang boundary ko sa mga tao ko, kasi ang punto ko lang dapat sa akin niya sinabi ang utos at hindi niya dineretso sa tao ko dahil labas yun sa protocol, na-bypass niya ako." Kwento ni Sheryl sa akin.

"Absent ka raw kasi nung araw na iyon Sheryl, eh may deadline kayo sa headquarters na dapat tapusin kaya inutos na ng boss mo sa tao mo ang trabaho. Tsaka boss ng buong unit ninyo ang nag-utos sa tao mo. Actually, lahat kayo reporting sa kaniya, so kung utusan man ng boss mo ang tao mo, tama pa rin yun."

"Eh kasi gusto ko pong malaman anu-ano ang mga utos na pwedeng i-diretso sa tao ko at yung sa hindi para hindi po tayo nagugulo sa protocol."

"Actually, ang protocol natin ay yung ma-solve ang mga problema ng school base sa trabaho ng unit ninyo, whether sinong tao ang nag-utos at gumawa nun ay hindi na issue. Ang punto, na-solve ang problema kasi yung naman ang rason kung bakit lahat kayo na-hire ng kumpanya."

Halos apat na oras kaming nagpaliwanagan patungkol sa issue na ito. Stuck up siya at walang makitang ibang alternate perspective. Ang ending, hindi pa rin niya matanggap at maintindihan. Sobrang legalistic at by the book si Sheryl na halos wala ka ng elbow room for compromise at adjustment sa mga dapat at hindi dapat gawin. Gusto lahat nakasulat at naka-outline.

> **YUN BANG TAONG MAY LAGNAT SA UTAK NA UNAWA LANG ANG HANAP? O YUNG PERPEKTONG MATATAWAG PERO DILIM ANG PINALALAGANAP?**

Gusto kong matawa habang iniisip ko ang kwento nina Sheryl at Revo. Yung isa matino ang isip pero mahirap makaintindi. Yung isa, may kulang sa isip pero walang hidden agenda, walang overthinking ng proseso sa trabaho, what you see is what you get.

Ang totoo, mas nakaaawa si Sheryl dahil sa kanilang dalawa, higit siyang nanganga-ilangan ng tunay na pagmamahal at pang-unawa ng iba. See, sino ba talaga ang dakila at sino ang tunay na baliw?

"But on these things abide faith, hope, love, and the greatest of these is LOVE." 1st Cor. 13:13

Love is the greatest healer.

People can change simply because they feel loved.

Minsan yung mga taong iniisip natin na baliw, kulang lang pala sa pagmamahal.

Sheryl resigned with so much resentment in her heart, while Revo graduated with a smile on his face. It pains me not to be able to share so much love with Sheryl knowing that she needs it more than Revo, but all my daily prayers included asking for blessings for all the people whose stories I shared with you in this book.

Kahit hindi ko man mapakita ang pagmamahal ko sa kanila dahil masama pa rin ang loob nila, I know that God, through my prayer, sends out my love to them. In fact, God gives them more love than I can give, so they don't really need one coming from me.

> **"SA SAYAW NG BALIW TAYO AY NAALIW SA ATING PANINGIN, SILA'Y BASANG SISIW"**

We can see BALIW in two perspectives. We can see it in the eyes of love OR judgement.

We need to train ourselves not to judge others by simply looking at their actions. We must investigate the underlying influencers of such actions.

I was asked kung ang pagbabalik daw ba ng GMRC subject sa school ay magiging effective. I answered, *"Kapag tinuro mo ang magagandang Filipino values ng 20th century pero hindi mo siya na-incorporate sa 21st century language and culture, it will not be effective."*

What do I mean? Paano mo ituturo ang respeto? Hindi na ito simpleng paggamit ng mga salitang *"po"* at *"opo"* na lamang at yung pagbabawal sumagot sa matatanda bilang pag-respeto kahit mali naman sila. Paano kung sabihin sa iyong *"Putang ina mo po"* ng isang Generation Z dahil sa bugso ng matinding damdamin? At least nag-po naman. Alalahanin natin, napaka-vocal ng mga Gen Zs because they are living in a world of freedom of expression. Kaya ang salita at gawang respeto ay hindi na lang maituturo at maipaliliwanag sa makalumang paraan.

I encourage my kids to shout at me. Basta ang ground rule ko lang, 'wag nila akong sisigawan sa harap ng ibang tao. When my daughter was 16 and in the heat of hormonal issues, I might have pushed her too hard that she cried and said, "Mom sometimes you're such a BITCH!" The 20th century mom in me wanted to hit her and make her mouth bleed, but my 21st century instinct told me to look beyond the bad word and into the deeper meaning of her emotion that led her to utter such. My daughter was not coming from a place of disrespect. She's coming from a place of hurt. I waited for her to stop crying and gave her space. Nang kumalma na siya, I let her know that I wasn't hurt and she's not in trouble. When she finally told me her true feelings, we ended up having the best and deepest conversation as mom and daughter. So, about my kids shouting back or saying bad words to me? Bring it on bitches!

Sa kaso nina Sheryl, Starrla, at iba pa, napakadaling magjudge. Pero dapat din nating intidihin na marami silang kwento sa buhay na siyang naging dahilan marahil kung bakit ganoon ang kanilang pagkilos at pananaw.

Si Sheryl ay palaging misunderstood mula sa pagkabata niya. Lahat kailangan niyang ipaglaban - ang karapatan niyang mag-aral, ang relasyon niya sa kaniyang asawa na ilang beses muna siyang iniwan bago siya pakasalan, ang pagtanggap na hinahanap niya sa pamilya ng asawa niya, ang pagkakaroon niya ng anak na may special needs, at marami pang iba. Kaya palaging nasa defensive mode si Sheryl kasi nasanay siya na ipinaglalaban niya palagi ang karapatan niya. Ang hirap, kasi wala namang war pero nakikidigma pa rin siya palagi.

Gaya ni Sheryl, sina Starrla, Melvin, at iba pa, ay may sari-sarili nilang background stories that made them act and think the way they do. Personally, my heart goes out to all of them.

Kung dapat bansagang baliw, kaawaan, o mahalin sina Sheryl at iba pa, kayo na ang humusga gamit ang mapanuri ninyong isipan, puso, at mga mata.

There is an interesting story in the Bible when David was running away from King Saul. Nahuli siya ng mga sundalo sa kabilang kaharian na naging kaaway ng bansang Israel.

Nagkunwaring baliw si David na nagkikikikisay at naglalaway na parang wala sa sarili.

Sabi ng hari, "Yan ba ang magiting na si David? Sus, isa na siyang baliw. Itapon ninyo na lang yan."

Dahil doon, nakaligtas si David at nanatili siyang buhay.

Likewise, when David was very happy dahil nakuha nila ang ark of the covenant at dadalhin na sa temple, parang baliw na sumayaw si David sa harap ng maraming tao bilang pagpupuri sa Diyos. Dito nainis ang asawa niyang reyna na si Mical at sinabing nakahihiya si David sa ginawa niya dahil mukha itong baliw at hindi nag-kilos hari. Nainis din si God kay Mical kaya di siya binigyan ng anak.

Twice, David made the appearance of being crazy. The first was to save his life, and the second was to glorify God. An interesting perspective came into my mind upon connecting these two stories. From mental breakdown to mental breakthrough, what if…

OUR OCCASIONAL MENTAL BREAKDOWNS ARE NECESSARY TO SAVE OUR LIVES AND GLORIFY GOD AT THE SAME TIME.

Think about it. Kapag nagkakasakit ka at gumagaling, lumalakas ang immune system mo to fight off the next disease that comes your way. Posible na ganito rin ang mental breakdowns at occasional TOPAK natin. Nilalagnat ang utak natin. tapos gagaling tayo, at lalakas to fight off another life's challenge. This cycle continues until we finally fulfill the purpose of why we are here in this world in the first place. So, without mental breakdowns, we grow weak and die of a boring and senseless life.

Also, marami tayong kwentong nabubuo sa buhay natin specially while we are experiencing mental breakdowns. Our horror, drama, and painful stories can be re-purposed into a motivational one that can help others who also suffer the same way that we do. This way, we use our life stories, including our KABALIWAN, to glorify God by helping out our neighbors as He instructed.

The same thoughts I have for Sheryl, Starr, and the rest. Their stories are quite remarkable to be shared to glorify God. **It's just that they're not yet broken enough to admit that they need God to re-write their stories from a point of view of being victors and not victims.**

At least that's how I see mental breakdowns in my life in the context of my faith in God. Kaya hindi na ako na-i-stress sa tuwing TINOTOPAK ako, knowing that it's for a good purpose anyway.

Kaya pwede ba? Let's stop giving stigma sa mga taong may mental breakdowns or disorders na nakaaawa sila. Hello? God always uses the broken[41], kaya hindi tayo nakaaawa! Excuse me!

" **PERO KUNG SABAY-SABAY TAYONG HAHARAP SA MAYKAPAL SINO KAYA ANG BALIW AT SINO ANG TUNAY NA KUPAL?** "

GOD SEEKS GOOD HEARTS, NOT INTELLIGENT MINDS

Abraham was old.
Elijah was suicidal.
Joseph was abused.
Job went bankrupt.
Moses had a speech problem.
Gideon was afraid.
Samson was a womanizer.
Rahab was a prostitute.
The Samaritan woman was divorced.
Noah was a drunkard.
Jeremiah was young.
Jacob was a cheater.
David was a murderer.
Jonah ran from God.
Naomi was a widow.
Peter denied Christ three times.
Martha worried about everything.
Zacchaeus was small and money-hungry.
The Disciples fell asleep while praying.
Paul was a Pharisee who persecuted Christians before becoming one.

PART VIII:
BIOPSYCHOSOCIALSPIRITUAL HEALING

This book will not be complete if the sole purpose is just to give you a general information about mental health and illnesses.

Syempre mas maganda kung magbibigay din ito ng kaalaman kung ano ang mga dapat mong gawin after mong malaman ang mga nabasa mo at napagtanto na mayroon ka ring pinagdaraanan patungkol dito.

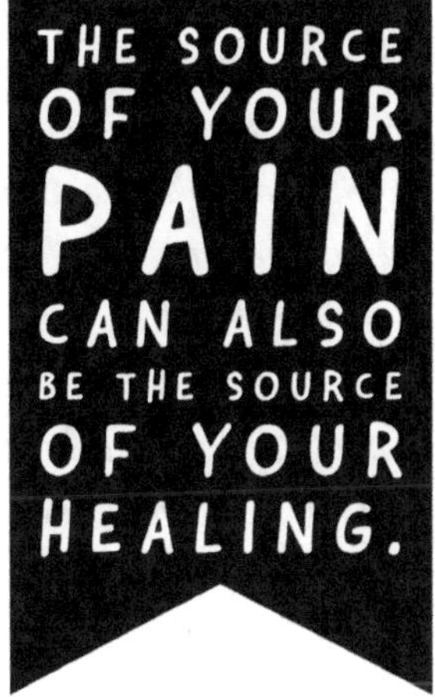

Previously, we discussed about the source/s of our mental health issues. Is it biological, psychological, social, spiritual, or combinations of several? Knowing this gives you power to initiate your healing or management process. Where? How? Start with treating the very source/s of your mental health issues. Such is called the **BioPsychoSocialSpiritual healing process.**

If the episodes of your mental health breakdowns become frequent and last longer than three days, ikaw naman higit sa lahat ang makararamdam ng mga alarming symptoms sa iyong pag-iisip, baka oras na para kumausap at magpa-consult sa professional. Kasi posibleng walang sapat na self-healing and improvement ala DO-IT-YOUSELF (DIY) process ang pwedeng makatulong sa nararamdaman mong chemical imbalance sa iyong brain.

Popular 80's Hollywood star Brooke Shields reportedly suffered from post partum depression[42]. She felt no affection towards her newborn baby. Naranasan ko rin ito when I gave birth to my eldest, pero one-week lang, which is the normal span of time to feel depressed due to hormonal imbalance caused by what happens to women's bodies before, during, and after pregnancy. Mine is more of awang-awa sa sarili at sobrang iyakin. Brooke Shield's depression extended beyond normal days, so she went to the doctor and asked for medication which helped the chemical imbalance in her brain.

Madalas kapag biological issues ng iyong brain ang reasons sa prolonged mental health breadowns mo, you really need professional help, especially if it is required for you to take the prescribed medication. Change your mindset. 21st century na, hindi na lahat ng taong pumupunta sa psychiatrists ay dapat itakbo sa mental hospital. Go, wag kang mahiya, seek professional help lalo kung sa ikabubuti mo at ng relasyon mo sa mga mahal mo sa buhay.

DO IT YOURSELF

Pero syempre bakit paaabutin pa natin na lumala ang mental health issues mo bago mo ito pagtuunan ng pansin? Ikaw mismo pwede mong maiwasang magkaroon ng biological issues basta sundin mo lang ang mga sumusunod.

Una, **PROTECT your head from injury.** Oo, matigas ang bungo mo pero ang utak sa loob nito ay kasing lambot at vulnerable na gaya ng sa jelly ace. Whatever brain injury or damage you experience will always affect your mental health and alter your behavior.

Yung simpleng magsuot ng helmet kapag nagba-bike or motor. Yung mag-seatbelt, syempre importante palagi.

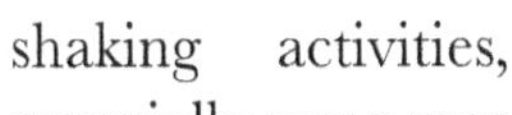

Kung sporty ka, make sure that your head is protected from brain-shaking activities, especially yung mga extreme sports. Kung wala kang physical na pagpapahalaga sa utak mo eh expect mo na magiging suki ka ng mental illnesses. Kaya ingatan ang iyong katawan, kasi iisa lang 'yan at hindi mapapalitan.

REMEMBER, Garbage In, Garbage Out (GIGO).

Your body, brain included, has natural chemical balance at kapag nag-introduce ka ng bagong chemical supplies in the form of alcohol, drugs, or cigarette, they may cause abnormal reactions in your natural chemistry that can result to mental and other health issues.

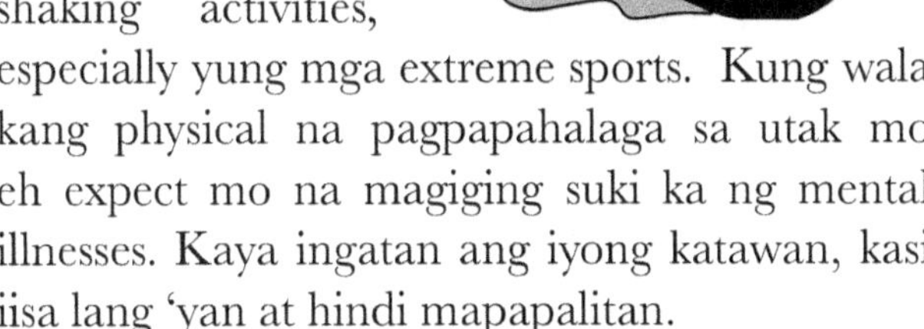

Yung iba wala ngang masamang bisyo, lintek naman sa dumi ng mga kinakaing junkfood, processed food gaya ng instant noodles at de lata, at iniinom na softdrinks. Kung hindi mo maalis ang ganitong pagkain, bawasan mo naman at balansehin ng GOD-MADE FOOD.

Ang mga GOD-MADE FOOD ay pagkaing hindi na ginalaw o iniba ng tao gaya ng uncooked vegetable salad na pinaghalo-halo tulad ng lettuce, carrot, cucumber, kamatis, konting mani, ilang pirasong mansanas, at mangga na hinog. Ayos na ang buto-buto. Pagsama-samahin mo lang ito at gawin mong breakfast o dinner everyday, ang ganda na ng effect nito sa katawan at isip mo. Tapos inom ka ng mga dalawa hanggang tatlong litro na tubig kada araw eh 'di tanggal sa panubigan mo ang mga naipon mong toxins sa katawan.

Kung magda-diet ka between kanin at tinapay, naku eh 'di mag-kanin ka na lang, brown or red rice. Kasi ang tinapay may harina, asukal, itlog, margarine, etc. Ang isang tinapay eh mas deadly pa sa isang cup ng kanin. Ang tamang diet hindi ka dapat gutom. Busog ka pa rin pero ang kaibahan lang iba ang quality ng pagkain mo kasi mas healthy.

Our brain is made up of 60% fat but is just 2% of our body weight. Yet, it sucks down 20% of our calories, so it demands a constant supply of glucose as our brain food[43].

Kailangan ng brain natin ng glucose (sugar) supply para maging maganda ang blood at oxygen circulation at maging alerto tayo sa ating pag-iisip at pagdedesisyon. Ang isang saging ay may 25 grams of glucose na kailangan ng utak. Hindi gusto ng brain ang nag-i-imbak ng sugar supply kasi nagkakaroon ito ng sugar rush at nada-damage ang cells nito kapag biglang taas at biglang baba ang spike ng sugar sa brain.

Kaya kung kakain ka ng isang slice ng tasty bread na puti, sobrang taas ng sugar nito na pwedeng magpa-hyper sa iyo. Kung gagawin mong brown or wheat bread, mas mabagal ang pagpasok ng sugar nito sa iyong brain. Pero kung gagawin mong carrot ang kapalit ng bread, mas super beneficial ito sa ating brain.

NEUROTRANSMITTERS: BODY'S CHEMICAL MESSENGER

The brain has mood chemicals known as transmitter. Sa ngayon, let me just give you the three (3) brain neurotransmitters to watch out for dahil sila ang nagdidikta ng mood mo on a daily basis. You can research the rest to also assist you in taking care of your brain.

DOPAMINE

Kapag wala ka sa mood at hindi ka makafocus, ibig sabihin mababa ang dopamine level mo. Increasing this is important if you are in a depressive mood.

Unprocessed meats, omega-3 rich food, dark chocolate, nuts, and bananas (fruits and veggies) ang ilan lang sa mga pagkaing pwedeng magpataas ng dopamine level mo.

Kapag naman hyper na hyper ka at feeling mo ay tumatakbo sa threadmill ang **SEROTONIN** utak mo kaka-isip, ibig sabihin nasobrahan ka sa dopamine mo at mababa ang serotonin mo. Dapat pataasin ang level ng serotonin sa brain lalo ng mga taong may hyperactivity disorder.

Pineapple, mango, foods rich in soy, salmon, eggs, and cheese are best to increase serotonin level and give you a happy go lucky attitude so your anxious brain can rest from being hyper.

GABA Kapag nasa irritable mood ka at tumataas ang galit mo na gusto mong manapak ng tao at hindi ka matigil sa kakikilos mo, ibig sabihin mababa ang level ng GABA (Gamma-Aminobutyric Acid) mo sa brain. Increasing GABA level can calm you down.

Foods rich in GABA are citric food, beans, kamatis, spinach, broccoli, patatas, at cocoa.

Malaki ang maitutulong sa biological issues ng brain mo kapag alam mo kung ano ang dapat na pagkain ng brain depende sa mood at kundisyon mo. Oo, lahat ng natural food ay mabuti pero mas maganda kung i-aayon mo ang pagkain nito sa kung ano ang kini-crave ng brain mo at the moment.

Loner si Emily at nag-aalala ang mga magulang niya kung bakit palagi itong malungkot. Maayos naman ang pamilya nila, wala naman itong trauma para maging dahilan ng depression ng bata. Mabuti na lang at may nakapagsabi sa nanay ni Emily na pwedeng mag-cause ng allergic reaction ang soy sauce dahil gawa ito sa wheat[44]. Paborito pa naman ni Emily na ulam ang adobo at halos lahat ng putahe nila sa bahay ay matoyo. Unti-unting binawasan ng nanay ni Emily ang pagluluto ng pagkaing matoyo. Makalipas ang ilang linggo ay naging masayahin at masiglang bata si Emily. Hindi akalain ng ina nito na may physical na dinaramdam pala ang anak kaya ito madalas walang gana at malungkot. Allergic reaction pala ito sa toyo. Nakakatoyo pala talaga ang toyo.

God cannot stress enough the importance of healthy food and water in our life. *Remember Daniel's story in the Bible? As a member of a royal family sa kaharian ng Israel, nasakop sila ng Babylonia at kinuha sina Daniel at ilang mga kasamahan bilang bihag sa palasyo. Hindi naman sila inapi roon. In fact, binibigyan pa nga sila ng*

pagkain ng hari, pero tumanggi si Daniel. Nakiusap siya na kung pwede yung diet ay according sa religion nila, at nangako siyang magiging malakas at higit na matipuno sila kaysa sa ibang bihag na kumakain ng pagkain ng hari. True enough, sa pagkain ng gulay, isda, at fruits ay mas naging healthy sina Daniel. Dito nanggaling ang sikat na Daniel's fast diet plan na ginawa ng isang mega-church sa America at sumikat na isang effective health plan para sa marami[45]. Try mo ito kahit sampung araw na cleansing or fasting lang and see the difference.

Siguro naman hindi na natin dapat pang pagtalunan ang pag-inom ng tubig. Ang recommended ay 8 glasses a day or dalawang litro. Kung kaya ng tatlo hanggang apat na litro sa maghapon, go! Kung wala ka namang ibang special condition, hindi ka naman mamamatay sa lunod sa pag inom ng tubig. Medyo mamamanghi ka nga lang sa kaiihi, pero okay na yun kaysa naman dehydrated ka. Hindi lang mabuti sa brain, maganda pa sa skin ang pag-inom ng maraming tubig.

KNOW WHEN TO REST and GO. 'Pag galaw ka ng galaw at hindi mo pinagpahinga ang katawan mo, affected ang brain mo. Kapag hindi ka naman gumalaw at puro ka pahinga, affected din ang brain mo. Kaya galaw-galaw para di ma-stroke at tulog-tulog para di ka lumutang sa antok.

It is recommended that an hour before you go to sleep ay wala ka na dapat hawak na gadgets. Ito ay dahil ang gadgets ay may blue light emission na nagpapa-activate ng iyong brain to work even more kahit pagod na pagod na ito at gustong nang magpahinga.

Paano kung wala akong gadgets, anong gagawin ko? Grabe no? Dumating na tayo sa buhay natin na hindi na natin kayang mag-function ng walang hawak na smartphone.

In my case, aside from praying nightly, I do spacing out. Yung nakatulala ako sa kawalan at naka-blank mode ang isip ko for 15 minutes or more. As in bawal may pumasok na kahit anong thoughts. Ang hirap, pero once nabuo mo ang habit na ito, sobrang effective talaga na gamot sa insomnia.

Sabi ulit sa Bible, *'wag hayaang lumubog ang araw na galit ka.* Ibig lang sabihin nito, wag kang matutulog na iniisip mo pa rin ang sama ng loob mo o problema mo. Kung pwede nga bago ka matulog ay mag-isip ka ng limang bagay na gusto mong ipag-pasalamat. Kung may katabi ka sa kama, talk with that person about happy events, dahil babaunin mo ito sa iyong pagtulog at pag-gising mo ay hindi mo mararamdaman yung muscle pain at feeling na pagod.

Again, balikan natin ang istorya ni prophet Elijah. He begged God to let him die kasi pagod na pagod na talaga siyang lumaban sa buhay. Suicidal na si Elijah kasi ang dami niyang problema. Pinahahanap siya ng masamang reyna upang ipapatay. Fugitive siya at nagtatago sa kweba. Ang punto niya, "Lord, pauwiin mo na lang ako sa bahay mo para magpahinga na ako, ready na akong mamatay." pero hindi pinatulan ni God ang emote-emote ni Elijah. Anong ginawa ni God? "TULOG!" Pinatulog at pinagpahinga ni God si Elijah. Gigising lang siya para kumain ng pagkain na dinadala ng mga ravens (ala Food Panda) para sa kaniya. Oh, 'di ba, sosyal!

Kaya kapag may mga decisions kang mabibigat na dapat mong gawin, gaya ng pag-iisip ng suicide, pwede ba? "ITULOG MO NA LANG YAN! PUYAT KA LANG!"

Anak: Tay, wala po tayong hapunan.
Tay: Sige anak, itulog lang natin ang problema, bukas maso-solve rin natin yan.

KINABUKASAN

Anak: Tay, umaga na!
Tatay: Oh, 'di ba anak, wala na tayong problema sa hapunan. Sabi ko sa iyo, tulog lang ang katapat niyan. Ang problema na lang natin ngayon ay almusal!

SLEEPING is a powerful body healer. Our organs regenerate cells and take a break from working hard when we are awake. Hence, lack of sleep affects our thought-processing and makes us mentally ill.

Ano ba yan, nakaka-antok naman itong pinag-uusapan natin. Tara na tulog na muna tayo, bukas ulit!

Exercise is very good for people with depression and ADHD. People with ADHD can channel his/her energy in the activities of the body during exercise, thus complementing his hyperactive mood. Exercise also releases a **body chemical called endorphins** which signal the brain to reduce the feeling of hurt and pain. Hence, it is a very good activity for depressed people since they feel happy after an exercise activity.

Again, tatlong bagay lang ang dapat mong tandaan kapag biological ang source ng mental health problem mo. Aside from seeking professional help, prevention is always better than cure. Kaya dapat 1) protect your head from injury or damage; 2) remember GIGO; and 3) know when to rest and go.

PSYCHOLOGICAL

Yung may kaaway kang ibang tao, stressed na stressed ka na, how much more kapag nakikipag-away ka sa iyong sarili? Yung tipong alam mong mali na ang paraan mo ng pag-iisip pero for some reason hindi mo ma-give up ang maling paraang ito.

You might notice that social issues are closely-linked to psychological issues. External stressors like people who bring out the worst in you or situations you don't want to be in may be the cause of your mental breakdowns BUT we also have internal battles within our own personal psyche.

Our external situation may be agreeing with what is perceived as ideal such as may jowa ka at maraming nagmamahal sa iyo, may stable na trabaho, may pera, successful, sikat, etc. Pero bakit may kulang pa rin?

If this is not a biological issue, then it may be a psychological one.

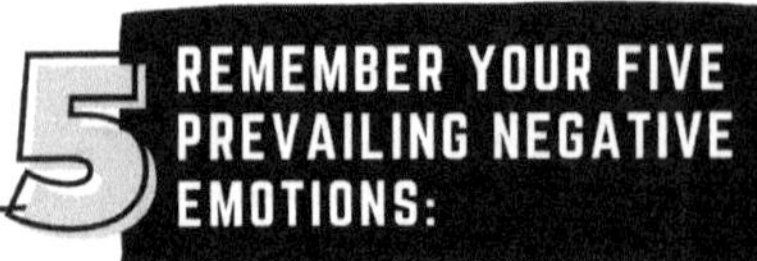

The opposite of our five prevailing negative emotions are joy, motivation/courage, calmness/compassion, focus, and cognitive flexibility..

If you feel that you are having a mental breakdown and it is psychological in nature, you must do the following:

Stop saying *"I'm okay."* This is a vague description of your current emotional status.

People most often experience mental issues simply because they cannot identify or even name their emotion. As soon as mapangalanan mo at mapalutang mo ang predominant emotion mo at the moment (ATM), we can proceed with step two.

Pwedeng may nag-trigger ng emosyon mo ATM, imposibleng wala. Triggers can be may kinain ka, kinausap, nabasa sa FB page, problema, etc na nagpabago ng mood mo. Anong nag-trigger ng negative emosyon mo ngayon?________________

Recently maingay ang balita tungkol sa posibleng paglaya ni Mayor Sanchez, yung nakulong sa pang-re-rape at pagpatay kay Eileen Sarmiento at kaibigan nito.

I just watched the news but tried to detach myself from the issue kaso ang hirap, affected ka talaga. Then I thought about my daughter who was still in school. Bigla akong nag-panic. Nag-palpitate ang puso ko. Tapos napansin kong lumalalim na ang gabi pero wala pa rin ang anak ko. Heto na, bigla na akong na-praning, na-stuck up na yung utak ko sa idea na baka may nangyaring masama sa kaniya. So bigla akong nag sms, pm, Twitter, Instagram, tumawag sa 911, Bantay Bata, at nag-shout-out sa FB ng "ASAN KA NA? UMUWI KA NA!"

Grabe ang mental power. Simpleng nood ng TV tapos biglang samo't saring negative emotions na ang naramdaman ko. Eventually, wala namang pwedeng magpakalma sa akin kundi ang sarili ko lang, and I was able to do this because I trained myself to become very aware of my emotions good or bad. Sabi ko sa inyo eh, **awareness is the key.**

You know the what and why already, let's proceed to the HOW. How do you overcome your negative emotion?

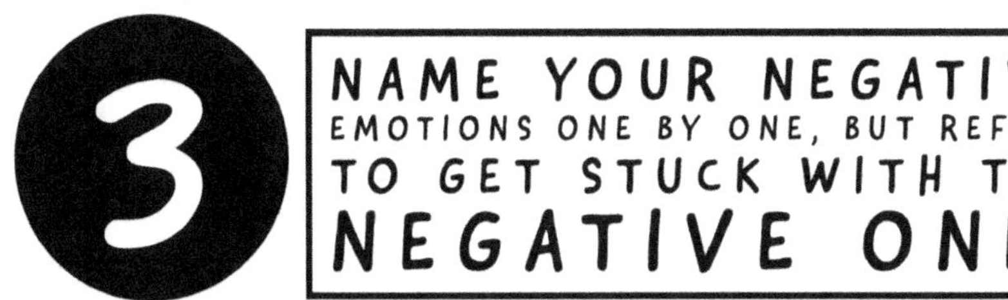

I identified my predominant emotion, FEAR. Tapos inalam ko kung bakit. Na-trigger ang negative emotion ko nang panonood ng negative na news sa TV. WHAT TO DO NEXT?

STOP LISTENING AND START TALKING TO YOURSELF. If your negative thoughts are shouting nasty things in your head, don't listen to it, talk back instead. Snap out of it and talk positively to counter your negative thoughts.

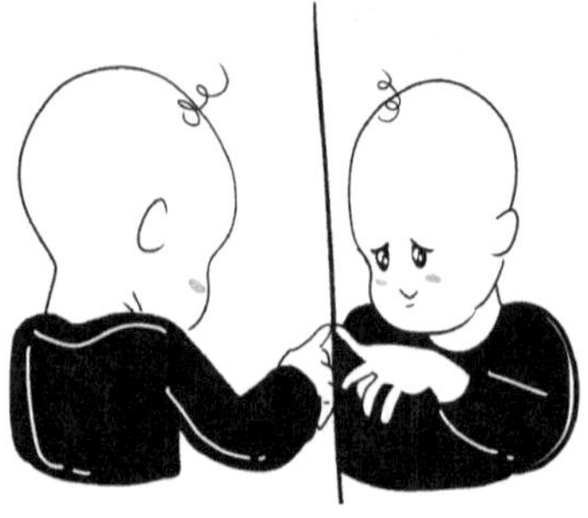

Personally this is where my faith in God comes in. For others, there are Cognitive Behavioural Theraphy activities to convert negative thinking into positive thinking. Research on them if you must. In my case, I use the Words of God that I find in the Bible verses that I keep in my temporal lobe through memorizing them.

I don't believe in God because I want an assurance that if I die I will go to Heaven. Logically, no one died, went to heaven or hell, and lived again to tell me about it, so I really can't give you an assurance on this either. I can only speak for myself that I'm putting my faith in this belief, but this is just icing on the cake as to why I believe in God.

I don't want God to just be part of my life when I'm dead. I want God to be part of my life while I'm still alive and kicking, thus my use of Bible verses to guide me in my decision makings to calm me down and let myself survive in this crazy world we live in. If I thrive in this life (as well) having such belief, it's an added bonus, TYVM!

Again, this is buffet style. I'm only sharing TO-DOs that have been very effective in my life. In your case, eat only what you are comfortable chewing and digesting with respect to the contents of this book.

In my darkest hours, I always hold on to Roman 8:28 *"ALL THINGS work together for the good of those who have FAITH in God."* and 1st Corinthians 10:13 *"No trials can come to you unless God permits them; God is faithful because He will always find a way out for you."*

In a way, hindi kayang paalisin ng verses na ito ang mga problema ko. Pero somehow, kayang i-stabilize ng mga verses na ito ang utak ko na nagiging payapa in the belief na kaya kong malampasan ang lahat ng mga problema ko.

Such is the power of the temporal lobe. Remember, sa temporal lobe nakalagay ang mystical thoughts natin. Aminin o hindi, para sa lahat magical or too good to be true ang idea na may powerful God or deity who controls this world.

Kapag umilaw ang ating temporal lobe towards our faith in God, ang lakas nitong makahawa sa pag-ilaw ng ibang parts ng ating brain. Likewise, kapag na-activate ang TL towards fear of bad spirits (like the haunted mall story), talagang mapapatalon ka sa building towards your death. I choose to lean towards faith in God, kasi totoo, mas magaan pasanin ang pamatok ng 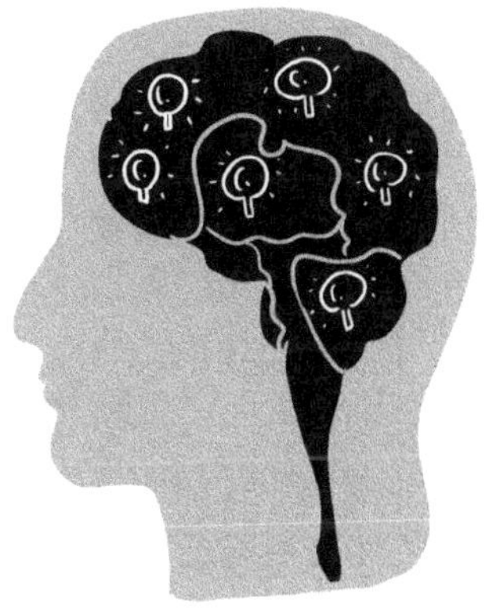 Diyos habang pinapasan naman Niya ang mga problema ko. With this, kumalma ako at naghintay sa pag-uwi ng anak ko.

Ito naman ang tatak pinoy na proud na proud ako, yung paniniwala natin sa Diyos kahit iba-iba tayo ng relihiyon. Kaya naman tayong mga pinoy, ang dali para sa atin malampasan ang mga problema natin sa buhay, mapalindol, bulkan, o deadly virus pa yan. It's because somehow we know that **A POWERFUL FORCE** is upon us always, guiding, loving, and protecting us.

Another way for me to stop listening to my negative thoughts is to have a quiet time for myself.

Please do this right now. Set your phone timer to 5 minutes. Sit down in a relaxed position, close your eyes, and count your breathing - breathe in, 1,2,3 breathe out, 1, 2. Do this breathing exercise repeatedly until your phone alarms.

Several things can happen in your brain while doing this activity. You will see total darkness followed by weird movements of colors in various shapes. It means your brain is pulsating colors. You are literally seeing the flow of blood and oxygen supply in your brain. If you see a traumatic event and you seem to palpitate while doing this exercise, it means you might be having an anxiety attack over a post traumatic stress. This is why you welcome bad thoughts because you would rather think about them than your trauma. It's possible that you will hear the negative voice in your head. Force yourself to focus on your breathing or the colors that you are seeing. After the alarm sounds, you can open your eyes. This meditation exercise is mostly about giving your brain a 5-minute break from doing anything. You can increase your time as you master this activity. If you can do this without sleeping and thought-wandering, you will see various benefits this activity can offer in your overall well-being, not just mentally. Generation Zs who are used to having smartphones in their hands all the time have difficulty mastering this activity.

A study was done where a brain of a 45-year-old man who practices meditation was scanned. It showed that he has a 30-year-old healthy brain formation[46]. Gusto mong bumata? Tigilan na ang pagpapa-botox, mag-meditate ka na lang!

After meditation, you are ready to talk to yourself. In my case I do this through prayer as if I'm literally talking to God. The act of praying is scientifically proven to promote healing[47]. Prayer calms our senses and makes our brain produce positive chemicals that are beneficial to us. I most often do breath-prayers especially when I have no time and space for a long convo with God as well as when I'm anxious and I need God's assurance that He is with me at that critical moment.

EXAMPLE OF BREATH-PRAYER: Before eating, "Thanks for the food Lord, Amen." No sugar-coating prayer. Basta bago pa matapos ang isang hinga mo tapos na ang dasal mo. Bigla kang nagpanic attack habang nasa meeting, just breathe and say, "God help me." then ibalik mo na ang focus mo sa meeting.

BE GRATEFUL. Thinking about things to be thankful for is also an effective way to talk to yourself. Do this before sleeping and after waking up in the morning and your brain sets your blood and oxygen flow right where you need them the most, thus making you feel more relaxed.

1.________________________

2.________________________

3.________________________

4.________________________

5.________________________

GUILT is a driving force of negative thoughts. Some mental health disorders such as Obsessive-Compulsive Disorder (OCD) and hoarding are thriving on the feeling of guilt. Lusawin mo ang guilt mo, halos lahat ng mental health issues mo posibleng mawala. If I make a mistake and feel guilty about it, I tell myself,

"Just admit your mistake, confess, and ask for forgiveness. What's the worst that could happen except swallowing your pride?" Wala pa akong nakitang naging obese o nabilaukan sa pagkain ng pride. (Wag lang yung sabon ha!) If you will not get literally killed in the process of confession and admitting your mistakes, then just do it.

Even if there will be consequences, the truth will always set you free and that alone feels so freaking good.

I experienced being blackmailed by a co-employee. Kesyo kapag hindi ko ginawa ang gusto niya ay isusumbong niya ako sa boss ko. Ay naku, sa lahat ng ayaw ko yung tinatakot ako eh. Dati na akong takot noh, excuse me! Ayun, ang ginawa ko ay inisip ko, "What's the worst that can happen to me if inunahan ko na siyang magsumbong? Anyway in my heart of hearts alam kong wala akong ginawang masama at nasa tama ang motibo ng puso ko." Palagi akong ganito sa mga bagay na na-bo-bother ako. Ayaw kong mag-sit-in nang matagal ang anxiety sa puso ko, kaya kapag ganito ay agad akong sumusugod sa laban para lang matapos na.

Kaya ayun, pumunta ako sa boss ko tapos inunahan ko na yung pagsusumbong sa sarili ko. Hindi naman ako pinatay ng boss ko. Pinagalitan ako, nabigyan ako ng memo, at muntik na akong matanggal sa trabaho, pero after nun, pumayapa ang puso ko. Wala eh, kung alam mong may kasalanan ka, sabihin mo na agad, tanggapin mo na agad ang parusa, mas maigi pa iyon kaysa itago mo nang itago sa puso mo ang lahat ng basura. Sa huli, ikaw rin ang mag-su-suffer.

Kaya nung nagsumbong ng kung anu-ano ang co-worker ko sa boss ko, hindi na nagulat ang boss ko dahil sinabi ko na sa kaniya ang lahat. Ang lumabas tuloy na masama ay yung co-worker ko dahil nagsumbong lang siya noong in bad terms na kami. Kaya sa mata ng boss ko ang intensyon ng pagsusumbong niya ay hindi sincere.

Ganito rin si God sa atin eh. Stressed na stressed tayo sa guilt na nararamdaman natin dahil ang dami nating kasalanan. Sabi lang ni God, confess sincerely, own up to our sins, and God will forgive us if we ask forgiveness with all our hearts.

I remember my sister asking me for a loan. Nalagay raw siya sa alanganin for almost P100 thousand. Sabi ko sa kaniya, "Alam ba ng asawa mo?" Sagot niya, "Hindi, ayaw kong malaman niya."
"Paalam mo." pamimilit ko.
"Ayoko magagalit yun!"
"Eh ano ngayon, papatayin ka ba? Hihiwalayan ka ba? Ang maganda may kaagapay ka. 'di ka man niya matulungan at least may karamay ka sa problema."

After several hours, nasolve ang problema niya. Nagalit ang asawa niya syempre pero hindi naman siya pinatay nito o sinaktan. Ang maganda, hindi rin nakatiis ang asawa niya at tinulungan din siya nito sa pag-solve ng problema.

Habang binabasa mo ang librong ito, iisipin mong madali lang gawin ang mga steps na sinasabi ko, pero in practice mahirap. Kahit ako hindi ko pa na-pe-perfect ang mga habits na ito, but…

IF YOU WANT THINGS TO CHANGE IN YOUR LIFE, CHANGE YOUR WAYS. OTHERWISE, DON'T EXPECT DIFFERENT RESULTS FROM DOING THE SAME THINGS OVER AND OVER AGAIN.

FINALLY, let me share my **ULTIMATE GO TO BIBLE VERSE** for my mental health - **PHILIPPIANS 4:6-8.** Follow this verse to the letter and it will change your life script for the better.

PHILIPPIANS 4:6-8

6 Do not be anxious about anything, but in every situation, by prayer and petition, with thanksgiving, present your requests to God. 7 And the peace of God, which transcends all understanding, will guard your hearts and your minds in Christ Jesus.

8 Finally, brothers and sisters, whatever is true, whatever is noble, whatever is right, whatever is pure, whatever is lovely, whatever is admirable—if anything is excellent or praiseworthy—think about such things.

Mas masarap at madaling maintindihan ang salita ni God kung nanamnamin, hihimayin, at pagninilay-nilayan natin itong mabuti.

Simple lang namang ang sinasabi ng Phil 4:6-8.

It is human to worry or be afraid **but God said** na hangga't kasama mo Siya, **DO NOT BE.** Yung takot o pag-aalala mo na hindi naaalis, isa lang ang ibig sabihin niyan, hindi mo kasama si God. So your fear is God's way of saying, "Hey, sama mo ako sa lakbayin mo kasi hindi mo kaya kung mag-isa ka lang…"

Sa lahat ng bagay, lagi kang magdasal na may kasamang pasasalamat. Ang operative words dito ay **SA LAHAT at PASASALAMAT.**

Doctor: Misis, ginawa na po natin ang lahat ng magagawa natin sa sakit ng asawa ninyo, ang pinakahuling pwede ninyo na lang gawin ay magdasal.

Hmmm, siguro kung may dapat tayong baguhin sa practice natin sa buhay, yun ay yung sa huli tayo nagdarasal instead na sa una pa lang. Yung iba pa nga hindi na lang nagdarasal.

What if bago ka magsimula ng isang aksyon o desisyon sa buhay, **idulog mo muna sa Diyos para sa umpisa pa lang ay may basbas ng gabay NIYA ang mga plano mo?** Some people blame God for bad happenings in their lives. Bakit, nung ginawa mo ba yung mga decisions at choices mo sa buhay, sinama mo si God? Tapos ngayong pumapalpak ka, sa KANIYA ang sisi. Ayos ka ah!

IT COULD HAVE BEEN WORSE. This sentence is powerful enough to enlighten your thought processing and make your brain breathe a sigh of relief. The brain activities change color kapag nagpapasalamat ka kaysa nagrereklamo. Literally, nakikita ang pagbabago ng kulay sa brain scanning kapag pinaisip ang tao ng mga bagay na dapat niyang ipagpasalamat sa buhay niya. Ibig sabihin mas gumaganda ang blood flow at oxygen sa iyong brain kapag thankful ka kahit mayroon kang problema. Kaya mas maganda kung after mong umiyak, magreklamo, at magsumbong kay God tungkol sa mga problema mo, magpasalamat ka pa rin kasi **it could have been worse.**

Galit na galit ang co-worker ko dahil naholdap ang anak niya at nakuha ang bagong cellphone nito. Galit siya dahil pangatlong bagong cellphone na ang nawala nito. Inosente kong nakomento na, "Grabe maám, you mean natutukan siya ng kutsilyo? Buti na lang kinuha lang ang cellphone at hindi siya sinaktan or ni-rape."

Kinabukasan, lumapit sa akin ang co-worker ko at nagpasalamat. Pag-uwi daw niya sa bahay nila ay niyakap niya ang anak niya instead na pinagalitan dahil sa nawalang phone. Narealize niya na hindi worth it na magalit siya sa anak niya dahil sa cellphone, dahil it could have been worse, yung ma-rape o mapatay ang anak niya ay higit na mas masakit na problema kaysa bumili ng bagong phone.

Oo, minsan mas masarap magreklamo, pero mas beneficial sa iyong brain ang magpasalamat. Nakaka-good vibes sa gitna ng mga problema. Practice mo lang, wala namang mawawala sa iyo.

JUST GIVE EVERYTHING TO GOD. "Ayokong magdasal, hindi naman effective eh." You know why your prayers are not effective? Kasi pilit mong kino-control ang result.

'Yung nagpray ka pero kinahon mo si God sa sagot na gusto mong ma-achieve. Hindi prayer yun, demand yun kay Santa Clause. Feeling mo kasi Pasko kada magdarasal ka.

As I said, I have a controlling personality, so may tendency akong magpray tapos binibigyan ko si God ng deadline on when He should answer my prayer and in what form His answer must be presented to me. Galing noh? Ako na, ako na si GOD!

Kapag hindi ko nakuha ang gusto kong sagot from God sa oras na gusto kong sagutin Niya ako, I end up disappointed, **until I realize that praying makes me more anxious, kasi para akong palaging nakikipag-business transaction sa Diyos**.

When my son got sick and for some reason eh nagtagal yung gamutan to the point na sinabihan akong posibleng cancer yung sakit ng anak ko, parang gumuho ang mundo ko. Dun ako natutong manalangin na may kasamang pagsuko sa posibleng sagot ng Diyos.

Iyak ako nang iyak sa sasakyan while reading the result of the lab test. After kong humagulgol at mag-emote kay God asking why the kind of trial was on me, bigla akong nakaramdam ng kapayapaang hindi ko maipaliwanag. Kasi na-realize ko na kung ano mang gustong gawin ni God sa buhay ng anak ko ay beyond my control. Ang pagle-let go kay God ng diskarte in my life is the only key for me to achieve the peace that I am looking for in the midst of my storm.

It turned out na nag-overthink lang ako and my son is just fine. Tinuruan lang ako ni God na ibigay sa Kaniya ang mga issues ko sa buhay na may kasamang pagiging at peace sa kung anumang maging sagot Niya sa akin.

WHAT WILL HAPPEN when we put Phil. 4:6-8 into practice?

THE REWARD. PEACE BEYOND OUR, HUMAN UNDERSTANDING ANG PAPASOK SA ATING PUSO AT ISIPAN.,

Late ako sa aking flight dahil sa traffic, although naka-check-in na ako online, late pa rin ako. Habang nasa taxi at kausap ko ang driver, medyo nagpa-panic siya for me. I already prayed, sabi ko kay God, "Lord if will mong matuloy ang flight ko, sige po, kung hindi naman, ibig sabihin may plano Kang iba for me." After nun eh payapa na ang puso ko.

"Grabe ka maám, kalmante ka pa rin kahit late ka na.", comment ng driver. Ngumiti lang ako. Kasi ang mantra ko, kung hindi talaga ako tatanggapin sa counter dahil late ako, ibig sabihin baka ma-aksidente ako kapag pinilit ko, so okay na rin. Remember, it could have been worse.

Pagdating ko sa airport eh delayed naman ang flight kaya diretso lang ako sa gate at nakahabol ako sa pag-alis ng eroplano.

Kung nag-fret ako sa taxi, makatutulong ba? Gaganda ba ako? Yayaman ba ako? Kung hindi naman eh kalma lang tayo. Pinasa na natin kay God ang problema, bahala na Siya.

As you enjoy having peace of mind and a calm heart, practice Phils. 4:6-8 over and over again until it becomes a habit so innate in you that it becomes your weapon and shield against episodes of your mental breakdown.

This is the habit of **POSITIVE SCRIPTING** -- of THINKING ONLY, "whatever is true, noble, lovely, pure, admirable, and right." Ito lang ang pwedeng pumasok sa iyong isipan. Walang

puwang ang negative thoughts sa buong sistema mo, kung meron man, napadaan lang at walang balak maging permanent resident sa utak mo.

"Uy alam mo ba yang bagong boss mo, maldita yan. Sinabi niya sa boss ko na tamad ka raw.".

Yung mga ganitong kasamahan mo sa trabaho ang sarap itapon sa impyerno. (Charot!) Okay, practice natin ang positive scripting. Ang tendency ng brain mo kapag nakarinig ng something negative ay magreact din in a negative way. Either maaawa ka sa sarili mo or magiging defensive ka. The habit says think only about the positive things.

1. Anong purpose nung co-employee mo sa pagsasabi nito sa iyo? May care ba siya sa iyo or gusto lang niyang magpasikat na may alam siya na hindi mo alam? Kung hindi naman out of love ang pagsasabi ng tao sa iyo, care mo 'di ba?
2. Aasa ka ba sa judgement ng iba o gagamitin mo ang sarili mong judgement? Subukan mo muna, give your boss the benefit of the doubt. Wag ka lang mag-rely sa sabi-sabi ng iba.
3. Finally, if bothered ka talaga matapos mong ma-observe ang boss mo, try to verify yung sinabi nung co-worker mo. Sa huli masisita pa siya dahil sa pagiging tsismosa niya.

Mahirap magbitbit ng negative feelings sa puso mo lalo kung kinikimkim mo, tapos sa taong araw-araw mo pang nakikita at nakakasama. Eh sabi dapat puro positive ang nasa isip mo. Kapag may nag-uumpisang pumasok na negative, naku i-prevent mo at i-address mo agad-agad para malusaw.

REMEMBER: Name your predominant emotion, identify what triggers such, and do the hows to avoid getting stuck in it. Stop listening to your negative thoughts through praying, meditating, confessing your guilt, sharing heavy secrets, and ultimately practicing the prescribed TO DOs as what God said in Philippians 4:6-8.

SOCIAL

THE TRINITY OF RELATIONSHIPS. Para sa akin, mayroon akong tatlong pinaka-importanteng relationships na dapat kong pahalagahan. They are my relationship with God, my relationship with myself, and my relationship with other people. Sa totohanan lang perfecting these three is impossible, and in my personal experience, neglecting one greatly affects the other. Again, this is my opinion. You might disagree. If so, let's just agree to disagree. Still, please allow me to present my point.

The above relationships are even present in the greatest command of God (see image on the right).

Kung pagninilay-nilayan ulit natin ang Salitang ito ng Diyos, unahin natin ang connecting symbol na **"&"**, **which means that you have to love these three, God, neighbors, and yourself all together,** not leaving out one for the other two or vice versa.

I have an atheist friend who loves his family so much and believes that he doesn't have to believe in God to do so. His family is enough to supply him of what he needs in this world. Do I agree with him? Nope. I do respect his belief, though. After all, it is his free will.

My only concern is that with his belief, he must be ready to face disappointments, because people disappoint. He must be strong and healthy because loving people is very tiring to do. People also come and go, which means leaving or being left behind will always be part of human relationships. If this happens, without God to assure us that everything will be okay because He will always be around, separation from the people you love and rely on, in any form, is always devastating.

Another pivotal word in this command is **"neighbors"** This word does not mean people who are lovable. Neighbors include your enemies and people that you have no benefit in loving.

Actress Cherry Pie Picache recently made a documentary about forgiving her mom's killer[48]. When she was asked by the killer himself, "Paano po ninyo ako napatawad?" She answered while crying very hard, "Diyos."

You might say, "but forgiving is not the same as loving." With no love in your heart for that person or yourself, forgiveness is impossible.

You might forgive the person who raped your daughter so you can move on and heal, which is a move of a person who values his/her well-being. Such forgiveness does not mean you will entrust your daughter to such rapist again, nor have a close relationship with him as if nothing happened, that's stupidity. God said, be meek like a dove but wise like a serpent. Yet, forgiveness is still rooted from love, the love for yourself.

Also notice the hierarchy. Selfish as it may sound to others especially to my atheist friend, God requires us to love Him first and ABOVE all others with EVERYTHING that we've got.

Cherry Pie cannot, on her own, forgive the most hateful person in her life. No human can. In her own admission, she was able to do it because of God.

Loving God with everything above and beyond simply means **that you can do all things through Christ who gives**

you strength. Without such strength, loving an enemy is impossible. Loving God first and above all others with everything that we've got is not for His benefit, it is for ours.

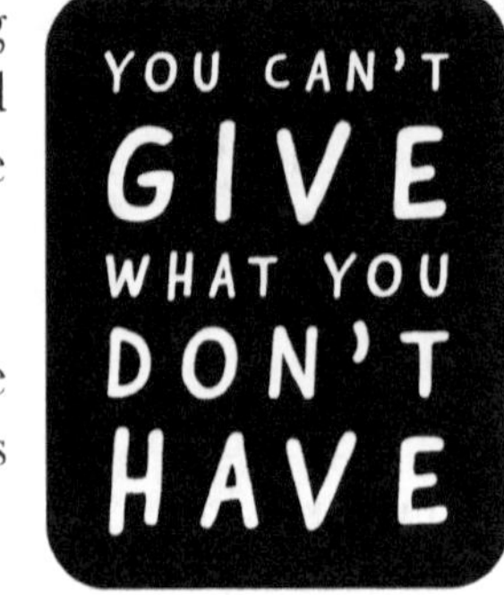

Finally, there's also **equality.** The weight of your love for others always equals to the love you give yourself.

A person who does not love him/herself is a terrible lover. Such person will just be a parasite, sucking the life and love of the person he/she is attached with. If, on the other hand, a person's love is greater for him/herself than others, such person is just a manipulative user who still sucks the life and love of others for his/her selfish benefit.

TBH, following this greatest command sucks! Love God, love ourselves, love others, UGH!

Yet, it is PRESCRIPTIVE of us to comply because it is good for our over-all health and not just our MENTAL HEALTH.

In the story of Adam and Eve, Adam lived first with the animals before meeting Eve.

Kaya naman may ibang taong mas mahal talaga ang pet nilang aso o pusa kaysa sa tao because it is innate in our nature to be pet lovers.

Minsan pa nga, lalo yung sa may mga alagang pusa, hindi na sila nakakapag-asawa, pusa lang sapat na bilang forever nila.

SPEAKING OF PETS. There's a study linking cats to mental illness[49]. According to research, ang tae ng pusa ay may parasite na pwede mong makuha airborne, through smelling the poop. You can further validate this. Wala namang immediate side effect ito sa iyo lalo kung malakas ang immune system mo. Kung mahawa ka man, ang usual side effect ay pagbabago ng iyong ugali. Apparently, the parasite lives inside your brain that you somehow start to manifest the character of cat na masyadong possessive, loner, at selfish. Pansinin mo, compared sa aso na gustong maggala at maglakad everyday, ang pusa ay gusto sa bahay lang, ayaw makihalubilo sa iba, at masyadong seloso or loner. Ganito

rin ang nangyayari sa amo ng pusa, nagiging aloof sa tao, ayaw mag-boyfriend or girlfriend, at nag-i-ipon na lang ng mas marami pang pusa na makakasama niya araw-araw. Kapag na-scan ang brain ng amo, mayroon siyang parasite na nakatira sa brain niya same with his/her pet cat.

Complementing. Ito marahil ang dahilan ni God kung bakit kahit satisfied na si Adan sa buhay niya kasama ng mga hayop, binigay pa rin ni God sa kanya si Eba. They complement each other in order to fulfill their purpose here on earth, and that is to make new human relationships, not just husband and wife but parent and child, siblings, and friends which comprise our FAMILY.

FAMILY. Hindi lang ito source ng ating happiness. Minsan source rin ito ng ating pain at mental breakdowns.

Kaya naman in spite of being happy and satisfied in having relationships with our own kind, sakit sa ulo pa rin ang dala natin sa isa't isa. In the case of Eve and Adam, nung nagsama na sila, their decisions together led them to be kicked out of the grace of God. Palpak kasi!

TAO. We can't live WITH them; we'll die WITHOUT them. To live or not to live with them gives us mental health disorders because when it comes to human relationships, roller coaster emotions and unpredictability are expected.

What do we have to do? Let me use the acronym **TAO** to guide us in ensuring that our social situation does not cause our mental breakdowns.

BE INTENTIONAL Take time to be **INTENTIONAL.** When you accept friends' requests in your FB account without thoughts or filters, you are welcoming noise - too much noise in your life.

Your social anxiety develops with such subtlety that you thought having so much information about your friends appearing on your timeline to like and comment on is healthy for you. When in fact, your brain is never bored to the point that it spends hours of senseless scrolling up and down your newsfeed. Such brain's hyperactivity sucks out your creativity, time for yourself, and worst, your health.

The first thing you need to do is have a relationship inventory list of the people who are closest to you, in proximity or otherwise. List down their names and identify what value you add to such person and what value such person adds to you.

Try natin. If you will limit your FB friends to ten names, who are they?

1.______________________
2.______________________
3.______________________
4.______________________
5.______________________
6.______________________
7.______________________
8.______________________
9.______________________
10._____________________

Categorize them according to the following, at ilagay sa tabi ng kanilang pangalan ang letrang nag-ko-correspond sa kaniyang role sa buhay mo.

1. **Celebrates with you** – Sila yung kasama mo sa kasiyahan at tagumpay mo. They make you laugh and forget your problems kahit sandali lang.

2. **Offers a shoulder for you to cry on** – Yung hindi ka nahihiyang ipakita ang weak side mo sa kanila at hindi ka nila i-ju-judge dahil umiiyak ka, kahit lalaki ka pa!

3. **Mentors you** – They are the ones who see your potential and teach you to hone it better.

4. **Prays for you** – Yung prayer warrior mo na kahit nasa malayo, lumalapit dahil sa mga dasal niya para sa iyo.

5. **Listens to you** – Yung hindi maepal na dakdak nang dakdak. Yung makikinig lang sa mga reklamo mo para lang maka-pag unload ka ng mga issues mo sa buhay, tama ka man o mali.

6. **Encourages you** – Pinupuntahan mo pag very down ka at kailangan mo ng magsasabing "Kaya mo yan!"

7. **Makes good of your mistakes** – Yung hindi takot itama ang mga mali mo at pagalitan ka dahil ginagawa niya ito sa iyo out of love.

8. **Enriches you** – Yung pag kasama at kausap mo siya, yumayaman ka, literally at figuratively.

9. **Nurtures you with unconditional love** – Yung mahal ka unconditionally, like God, kahit minsan hindi mo binabalik yung love.

10. **Takes arms with you** – Yung matapang na lumalaban sa mga bashers at haters mo para sa iyo. Kahit WW3 pa ang away na yan basta ma-protect ka lang, susugod 'yan sa laban!

COMPLEMENT is when your weaknesses are perfected by the strengths of the people you are in a relationship with and vice versa.

Balikan mo ang sagot mo, mapapansin mong may mga taong walang category sa buhay mo at mayroon namang isang taong halos lahat ng categories ay siya na ang sumalo.

Lagyan naman natin ng check ang pangalan ng taong sa tingin mo, base sa role nila sa buhay mo, ang pinaka-importante sa iyo. Sa mga na-check mo na pangalan, bilugan ang pangalan ng taong sa tingin mo ay malaki ang pagkukulang mo sa oras, atensyon, at pagbabalik ng values na binibigay niya sa buhay mo. **Sino siya?**______________________

If you make and keep relationships with intentionality, mas mamamaximize mo ang roles ninyo sa isa't isa para maging mutually beneficial ang pagsasama ninyo together. **Minsan, wala sa dami ng FB friends, subscribers, at followers yan. Ang yaman ng iyong social life ay based sa kung gaano kalalim ang relasyon mo sa mga taong nakapaligid sa iyo kahit mabibilang mo lang sila sa mga daliri mo.**

> **ANG DALAWA AY MABUTI KAYSA SA ISA. KAPAG NADAPA ANG ISA, AY MAYROONG TUTULONG SA KANIYA. PROVERBS 4:9–10**

GOD IS ALWAYS INTENTIONAL IN BRINGING PEOPLE IN OUR LIVES. WE SHOULD ALSO DO THE SAME.

At initial glance you might say, sana pala hindi na lang binigay ni God si Eba kay Adan. Tahimik at masaya naman ang buhay ni Adan kahit nung wala si Eba. *God's ways are higher than ours.* There's a deeper intention as to why God gave Eve to Adam. Kung wala yun, we will never experience the camaraderie of having friends, the overwhelming love of having children, the protection and care we give and receive to and from our parents and siblings, and the romantic love we share with our spouse.

REPURPOSE

Aim to repurpose your relationship. Go back to your list on the previous page, do you have relationships with deeper purpose in your life but not on your top 10 names? How about those on your list but does not COMPLEMENT you? What should you do with them?

In this day and age, madali yan. Unfriend, unfollow, unsubscribe mo, break-up with or just simply walk out of the relationship. Madali, madaling sabihin pero mahirap gawin. You cannot say to your mom, *"Nay, wala ka nang value sa buhay ko, break na tayo."*

Erin (not her real name) grew up rich, but crises devasted their family financially so she became a self-supporting student. When she graduated and landed a stable job immediately, gradually, she became the breadwinner of the family.

Wala namang problema to support your parents. Kaso madalas isama ng parents ni Erin sa financial obligations na pinapasan niya ang mga kapatid niyang mas matanda sa kaniya at may mga pamilya na.

"Binigay ko muna sa ate mo ang budget sa grocery, puputulan daw kasi sila ng kuryente."

Ang ending, unti-unting nalubog si Erin sa utang dahil parang automatic sa kaniya ang mag-keep up sa pangangailangan ng pamilya niya kahit hindi na niya kaya at hindi kaya ng sweldo niya. Naging feeling tuloy ng pamilya niya na pwede na ulit silang mamuhay mayaman.

*When Erin came to me for advise, I told her simply, "**Repurpose your relationship with your family,** kung hindi, sila ang magiging dahilan ng mental breakdown mo."*

I told her to prepare financial statement of her monthly earnings and expenses. It turned out, net loss at bankrupt nga si Erin. We set financial goals. She must pay her loans, tanggalin ang unnecessary expenses, at mag-budget nang naaayon sa kaniyang kinikita. After doing this, she realized that she can only provide P5,000 monthly support sa kaniyang parents.

Finally, ang pinaka-mahirap, I told her to reveal her true financial status to her parents. It took her some time, but she did it.

Initially, the first attempt of following her budget strictly, failed. Lalo at hindi matiis ng parents niya ang iba nitong mga anak. Kahit nagdadabog ang nanay niya at ginagamitan siya ng emotional blackmail, Erin decided for herself to be tough. Kapag na-short ang nanay niya sa budget, hindi na talaga naglalabas si Erin kahit may mga extra bonuses siya. *I told her, "In order to provide for your parents' needs, you must first provide for yourself. Paano ka makapapasok sa work kung pati pamasahe mo inuutang mo one week after mong mag-sweldo?"*

The ultimate move that Erin did, that made her parents realize that she's seriously repurposing their relationship with each other, was when Erin left and lived in a boarding house near her workplace. Malayo na nga sa stress sa bahay na may nagdadabog, hindi na siya namamasahe pa.

Eventually, her siblings understood not to bother their parents and the budget became enough for the elders to live on monthly. Soon enough, nabayaran ni Erin ang mga utang niya, nagkaroon siya ng savings at investments, at nataasan niya ang monthly allowance ng parents niya bukod sa mga excess gifts at medical support kapag may extra bonuses siya.

JUST REPURPOSE THEM.

Ang totoo, hindi naman palaging tao ang problema kaya ka nagkakaroon ng mental health issues. The social aspect that gives you mental health breakdown is the **script of your relationship** and the roles you play with each other's life. **Repurpose the reason you are together** and the social issues affecting your mental breakdown will be resolved.

Finally, **Opt to leave** especially kapag hindi na healthy ang relationship mo. It may be a temporary separation just like what Erin did, or a permanent cutting off ties with the person whose relationship with you is causing your mental breakdown.

Even God kicked out Adam and Eve from the garden.

Glo (not her real name), being morbidly obese, tried several diet programs, all of which failed. Her weight problem caused her depression and lack of self-esteem which made her unmotivated to dream for her future.

During our talk, I could feel her determination to change her lifestyle but I also learned that the people around her were not helping. Ang barkada niya ay mga foodies at sa tuwing nagda-diet siya ay ito pa ang nagde-discourage sa kaniya.

"Tigilan mo na yan."
"Wala ka nang pag-asa."
"Ikain na lang natin yang diet mo," pang-aasar nila.

We tried talking to her friends to make them understand Glo's situation. Again, repurposing muna 'di ba? As much as possible, let's not leave our relationships.

To be fair, her friends tried, but eating out is their go-to bonding moment. As much as they wanted to support Glo, they could not align with the lifestyle that Glo wants for herself.

The power of the dining table. Malakas na bonding ang pagkain nang sabay sabay, pero kapag hindi na healthy ang kinakain at pinagsasaluhan, the power of the table will still be there but not to benefit you anymore.

Upon understanding her situation, **Glo opted to leave.** Syempre it was not easy losing friends. It even added to her depression, but loving yourself second to loving God will make Glo a better lover of people.

With constant counselling, Glo concentrated on her diet plan and in less than a year, she lost 50 lbs. She may have lost some of her friends but she gained more of herself in the process - by losing her weight and living a healthy life.

Remember the **TRINITY OF RELATIONSHIPS: GOD, youself, and others.** Also, address your social issues to prevent mental breakdowns through being maka-**TAO.**

Take time to be INTENTIONAL.
Be with people who COMPLEMENT you.
Aim to REPURPOSE your relationship.
Opt to leave (when worse comes to worst).

Surround yourself with the RIGHT PEOPLE, not just the BEST PEOPLE.

Human relationships are hard to make, maintain, and leave behind, but that's part of our nature as human beings. God is very relational and He intends for us to be the same because we cannot live our life to the fullest without human connections.

If healing your mental health issues does not include the spiritual aspect of who you are, I find the process incomplete.

Being spiritual does not necessarily mean being religious. It means acknowledging that you and I, as well as the experts in the field of studying the human psyche, are not enough to heal our mental health problems,  and that there is a **HIGHER POWER** governing us, giving us **purpose and meaning** in our life.

Such **life's purpose and meaning** give us understanding of our existence as well as our reason to go on living.

As we go near the end of this book, you might feel a bit uncomfortable if you are not into spirituality or Godly talks, but I appeal for your patience. Konti na lang naman. Sinimulan mo na, eh 'di tapusin mo na rin. I just want to introduce myself in order to close this book in full circle and in the process, share with you the connection of our spirituality to our mental health.

You might be asking, who am I to write this book? What is my expertise? Who gave me the authority? Am I a psychometrian, psychiatrist, or psychologist? I am none of these (yet). I am just a crazy woman who suffered multiple mental breakdowns and decided to turn them to mental breakthroughs.

I wrote this book hoping that people who read this, like you, will get something out of the contents of this book, and in my own small way touch your life and inspire you to also go on your personal journey towards healing.

Please know that as I share my story, I also share with you a part of myself, my deepest fear, and even my soul in the process. It is not easy for me to do this but my love is overflowing that I feel like sharing such love is worth opening my scars and making them bleed over and over again. **All these because you are worth doing it.**

Let me introduce myself through the exercise that I learned from Dr. Phil, an American psychologist who once said, **"In order to understand your present, you need to excavate your past."**

This exercise is called **10-7-5 of understanding yourself.** You need to go back from the beginning of your life and list **10 critical moments** that left a mark on you (good or bad), then list **seven defining decisions** that you've done and somehow shaped you into who you are right now, and finally identify **five pivotal people** who became part of your life's journey.

I'd like to encapsulate the 10 critical moments of my life into one word: **AMAZEMENTS**.

Truly, as I look back in my life's journey, I have nothing but awe in the power of God who made life possible for me in spite of all the difficult odds I had to go through.

A CHILD OF IMMORALITY

My parents were married to other people. They left their spouses to be together. During the '70s, I was considered as one of society's dirty little secrets. Parents of my playmates didn't want me to be their kids' friend because I'm a product of a sinful relationship. Ngayon medyo no big deal na ito, kasi modern family na ang set-up at hindi na issue ang anak sa labas. In my case though, tumatak sa akin na anak ako sa labas at hindi buong-buo ang pamilya na mayroon ako.

My breasts developed as early as 7 years-old that I looked like a teenage kid. Some of my male relatives touched me inappropriately and I woke up several nights with some cousin's hand inside my underpants.

The most psychologically mindblowing molestation I got was from a very important person in my life whom I thought would protect me. It started when I was 9 years-old. Attend kayo ng workshop ko para malaman ninyo kung sino sya. He said, "Gusto kitang itakas sa bahay na ito, gusto kong lumayo tayo dito at pumunta sa lugar na walang nakakikilala sa atin. Doon magsasama tayo bilang mag-asawa." I was just a kid and this man was in his 50s touching me and telling me these things.

Just like any other victim, I couldn't tell this to anyone in fear of causing a major fuss. I also felt that I was to blame on how men react towards me. All my life I carried this stigma. Nakaapekto rin ito sa pamimili ko ng tamang lalaki sa buhay ko.

Ito rin ang dahilan kung bakit, I can sense fellow victims. We emit the same sexual aura and energy that maybe obvious to other sexual predators as well.

Kung yung iba may soccer mom, ako may con mom - nanay na utangera at estafadora. Sino bang walang nanay na ganito?

In fairness with my mom, she did her best to support her kids. Yun lang nga, sa maling paraan. Lumaki ako na lipat nang lipat ng bahay dahil nagtatago kami sa mga inutangan niya. I even transferred school four times in one school year. It was traumatic having to meet new friends/classmates over and over again as I was always the new kid on the block.

Ang hirap lang kasi dahil tuwing nangungutang ang nanay ko, kasabwat ako sa mga kasinungalingan niya. Minsan sasabihin niya sa akin, *"Pag may naghanap sa akin, sabihin mo wala ako."*

Heto na, may naghanap na.

"Amy, nasaan ang nanay mo?" "Eh… wala po siya."
"Wala?! Eh bakit ang sapatos at tsinelas niya nandito sa labas?" Galit na ang ale kaya nataranta ako.
"Eh.. kasi…kasi… umalis po siya pero nakapaa lang po. Sinabihan nga po namin na magsuot ng tsinelas pero ayaw niya po eh."
"Ako wag mong pinaglololokong bata ka ha! Maliit ka pa manang-mana ka na sa ina mong manloloko rin!"
Syempre lumabas na ang nanay ko at nagmurahan na sila. Umulan ng punyeta, putang ina, hayop ka, demonyo, gago, impakta, impyerno! Oh, 'di ba, growing up eh super rich ang aking vocabulary.
Pagkatapos ng mala-palengkeng talakan, umiiyak akong lumapit sa nanay ko. "Nay, bayaran mo na kasi ang mga utang mo kay Aling Pasing." "Anong utang? Napagmura na niya ako eh, bayad na ako." Ang ganda ng prinsipyo ng nanay ko noh? Yan, kakaganyan niya, nadali rin siya sa huli.

My mom was jailed for six years and I lived with her inside her prison cell. Ala Miracle in cell no. 7 ang peg namin ng kapatid kong bunso.

This story won me a National Championship in Toastmasters Inspirational Speech Competition in 2016 where I represented the Philippines in the World Competition held in Washinton DC. Hindi naman ako nanalo laban sa ibang bansa, pero ayos lang. The experience alone made me a winner already.

I was 16 when my mom was jailed. Noong lumabas siya patapos na ako ng college. Overcoming life's obstacles while living in jail with my mom was the story of my speech. Sa buhay kulungan dapat marunong kang pumaraan. Jail was a dark, dirty, and a tricky place to live in, pero ang daming aral ng kulungan sa buhay ko. Kaya para sa akin, marami man akong mapapait na memories sa loob ng kulungan, still, Jail House Rocks!

I was told that you can google my video via youtube. I haven't tried though. You may want to check it out.

ENGAGED IN EXTRA-MARITAL AFFAIR WITH A MARRIED MAN.

I was 18 years young nang makilala ko ang first love ko. Syempre bata ako at nasa gipit na kalagayan, talagang kapit patalim ika nga. Paano ka hindi ma-i-in-love? He was kind, generous, at palaging sinasabing wala siyang gustong iba sa akin kundi pag-aralin ako? Ni hindi niya ako gusto sexually (charot!). What drove me to his arms was my fear na tuluyang ma-rape ng taong kasama ko sa bahay. Naisip ko na kung mapapariwara rin lang naman ako dun na sa taong mahal at gusto ko. Oh, 'di ba! Looking back, ang tanga-tanga rin ng mga prinsipyo ko sa buhay.

I didn't care kung may asawa na siya. My mom held the same script, kaya namana ko ang psychological thinking na ito sa nanay ko. "Basta mahal mo, ipaglaban mo!" ang drama namin. Looking back though, I might have thought it was love but maybe it was more of the provision and safety he offered that I very much needed that time. Siguro kung lumaki ako sa pamilyang naibigay sa akin ang mga ito, I would know better.

Nagsisisi ba ako? I know that God allowed such things to happen because He has a purpose in my life. In the end, no regrets, only lessons learned.

MURDERED A BABY

Syempre dahil maaga akong lumandi, ayun nadali ako ng teenage pregnancy! Dahil malapit na akong maka-graduate ng college at ayaw kong huminto sa pag-aaral, and at the same time hindi rin naman ako pwedeng pakasalan ng boyfriend ko, I had an abortion. Totoo ang sabi sa Bible, *ang babaeng kumakabit sa lalaking may asawa ay walang moral.* Ni hindi ako nakaramdam ng kahit konting guilt. I thought it was just the way of life. Yung parang uminom lang ako ng pampalakas ng regla, that's it. Little did I know na sobrang laki ng impact sa buhay ko ang ginawa kong pag-a-abort ng baby ko.

EMULATED MY CON MOM

Obvious na ba na idol ko ang nanay ko? Ang laki ng influence niya sa buhay ko. I followed her footsteps to the letter. Just like her, utangera at estafadora din ako. I was worse, kasi mayroon pa akong 5-6, check rediscounting, credit cards, atbp. Ang taas na ng posisyon ko sa school na pinagtuturuan ko pero grabe pa rin ako mangutang. Pati janitor nauutangan ko hanggang hindi na ako makabayad. Kaya yun, may nagpadala na sa akin ng demand letter na ang kasunod na ay warrant of arrest.

This was the camel that broke my back. Full circle lang ng kwento no? Mula sa kulungan, balik sa kulungan si Amelia! During this time, I already have 2 kids, but they were not enough to stop me from what I did next.

NASTY WAY TO DIE

I remember that it was in December 2004. Grabe panahon pa naman ang winter or ber months ng depression. Ang tawag dito ay seasonal affective disorder (SAD). I was all alone with my kids who were then sleeping. I cried my heart out kasi alam kong anytime ay makukulong na ako. This was when I thought of suicide as my way out of the mess that I was in.

Dun ako nakaramdam ng hiya sa sarili. Dun ko binalikan lahat ng nangyari sa buhay ko and I felt ashamed of my life and myself. Out of hopelessness I found God. Truly, when you reach the very end of yourself and you found nothing but emptiness, dun mo pala talaga makikita si God na naghihintay lang sa iyo.

That night, as I was thinking of nasty ways to die, **I felt an incredible Force within me that made me say**, "Lord, totoo ka ba talaga? Please help me. Ayoko na ng buhay na ito, pagod na pagod na ako, hindi ko na kaya. Sa Iyo na ako, sa Iyo na ang buhay ko."

What happened after was a MIRACLE. I share the full detail of this story in my financial workshop (M.U.K.H.A.N.G PERA).

Syempre hindi naman lahat ng critical moments ng buhay ko ay puro kadramahan. Mayroon naman akong dalawa pero profound moments in my life (so far).

TREASURES FROM MY WOMB

Being a mom is the most rewarding role for me. I thought that after abortion I could no longer have kids, but God is merciful that He allowed me to have treasures came out of my womb even after commiting horrible sins.

Ang Diyos ay nagpapatawad sa taong humihingi ng tawad sincerely, but still we can't escape facing the consequences of our sins. I don't really have a concrete evidence but I'd like to believe that the consequence of my abortion was the growth of myoma on my uterus wall the size of a baby's head.

In 2010, I had an emergency Myomectomy. Somehow, I knew that God was with me during my whole ordeal. This event also became instrumental in one of the defining decisions of my life.

How did I get here pagkatapos ng eight traumatic critical moments ng buhay ko? Only God knows. Isa lang ang alam ko. Kung ako nagawang mahalin ni God this much in spite of all the sins I have committed, ikaw pa ba ang hindi?

God sent an angel through the persona of my boss. We started off as employer-employee, then mentor-mentee, and then mother-daughter na. Kung si Robert Kiyosaki mayroong rich dad, poor dad, ako mayroong rich ma'am, poor mom. My poor mom taught me things in life from the jail's point of view. My rich ma'am taught me life principles from the business point of view.

Sa boss ko unang tinalupan ang kaluluwa ko. Bago pa ako naging open sa iba patungkol sa buhay ko, boss ko ang unang nakarinig ng mala-MAALAALA MO KAYA story ko. Siya rin ang unang nagpalasa sa akin ng pakiramdam na hindi ka ma-judge.

Imbis na maging very cautious siya sa akin, mas pinagtiwalaan pa niya ako sa business niya. That's why when she retired, she promoted me as School President to take care of her business for her.

ISN'T GOD AMAZING? AS I LOOK BACK IN MY LIFE THAT HE **JOURNEYED** WITH ME, I HAVE **NOTHING BUT AMAZEMENTS. TO HIM I** GIVE ALL THE **GLORY,** POWER, AND **PRAISES.**	**IKAW NAMAN!** **My 10 Critical Moments:** 1.___ 2.___ 3.___ 4.___ 5.___ 6.___ 7.___ 8.___ 9.___ 10.___

How does it feel summarizing your life's journey this way? Mahirap ba gawin? Masakit ba alalahanin?

To jump **FROM** a suicidal, infant murdering, immoral, con bitch who was molded by jail life **TO** becoming a School President and a proud mom is quite a **BIG LEAP.**

In order to reconcile the gap, you need to understand that I made life decisions that somehow DEFINED who I am today. As such, let me use the word **DEFINED** to share these important decisions.

"God, totoo ka ba? Kung totoo Ka talaga, baguhin mo ang buhay ko." These were my words when I had an encounter with Him in December 2004. Ten years later, in April 2014, I became a School President.

I was asked, "So after mong isuko kay God ang buhay mo that night, ano yun, magic, biglang nagbago ang buhay mo nang ganun kadali tapos School President ka kaagad?"

Nope.

Yun ang kagandahan kay God. **He will find you where you are.** He found me at my lowest point. Kung prostitute ka at sinuko mo ang buhay mo kay God, hindi Niya naman agad idedemand sa iyo na baguhin mo ang buhay mo. Everything will unfold in itself and before you know it, nasa buhay ka na na gustong-gusto mo at itinakda para sa iyo.

Hindi rin Niya sasabihin sa iyo na, "Hey tigilan mo muna ang pagiging prostitute mo bago kita tanggapin." **God will**

welcome and hug you at your very worst.

Baka nga ngayong binabasa mo ang book na ito eh magkatagpo na kayo ni God finally.

What did I do after? Wala. Status quo. I woke up scared of the warrant of arrest, pero bangon pa rin ako. With faith and peace in my heart, I started saying, "Sabi mo God totoo ka, show me! Whatever happens to me from now on, Ikaw na ang bahala, Ikaw ang nagtakda," I have been saying this every single day that I wake up noon hanggang ngayon. Ang daming mumunting miracles na naging dahilan kung bakit hindi natuloy ang warrant of arrest, unti-unti akong nakabayad ng utang, at nagbago ang buhay ko.

Don't be afraid to dare God. He is very much capable of accepting it, basta gawin mo siya with a surrendered heart knowing that whatever His direction will be, sama ka lang nang sama sa Kaniya.

ERASED THE HATRED IN MY HEART

Sa lahat ng pinagawa ni God sa akin, ito ang pinakamahirap. Again, may sarap sa pagiging victim at may saya sa pag ro-romanticize na inapi ako at ginawan ako ng masama ng mga tao sa paligid ko. So, letting go of all the hatred in my heart and forgiving the people who hurt me also means that I must let go of my victim mentality.

Something to ponder on: In the story of apostle Paul, he met Jesus in Damascus but it took him three years to finally come out and declare himself to be a follower of Christ. In following God, there will always be **an IN BETWEEN time.** It may be an in between of cleansing, readying of one's heart, and reconciling things in our lives first. The same happened to me. I was already a follower of God while still carrying so much hatred in my heart. **FORGIVENESS** takes time but it is not impossible to do.

I gave my life to God in 2004, it took me 6 years, in 2010, before I finally faced my demon and kissed him with all the love that I have in my heart. Kaya nakaka-relate ako sa pagpapatawad ni Cherry Pie sa killer ng nanay niya because I also felt the same empowering and freeing reward of forgiveness.

When I finally forgave the person who sexually molested me, para akong nabunutan ng tinik sa dibdib. **I finally stopped drinking poison hoping that the person I hate dies.** Doon ko lang totoong naintindihan ang forgiveness na binigay sa akin ni God, kasama na dun ang pagpapatawad Niya sa pagpatol ko sa lalaking may asawa at ang pagpapa-abort ko sa mga inosenteng babies na nabuo ng mga kasalanang ginawa ko.

The person I hated the most turned out to be the person who made me fully understand the love that God has for me.

Kaya pala ako pinatawad ni God sa mga kasalanang nagawa ko in the past ay **dahil there's an inexplicable joy that comes with forgiveness and God wants to take delight in me, in my life.**

I know it is not easy to forgive but I do hope that you do not close your door in doing it. Remember, forgiving is not just for the people who hurt you, it is for your benefit too.

FACED MY DEEPEST FEAR

My deepest fear was for people to know my dirty little secrets, the ones I shared in my ten critical moments. Who would even like to expose themselves that way? We don't want to be vulnerable and be seen by the judgemental eyes of the people.

Yet, people who listened to me share my story came up to me and said, "Grabe ang tapang mo." Totoo naman. Halos wala na akong tinagong hiya, lahat ng baho na ginawa ko sinabi ko na. Para hindi na nila ako itsismis, ako na lang ang magtsitsismis sa sarili ko.

Initially, syempre, I had inhibitions. Surprisingly, sharing this journey is therapeutic for me because I am always reminded of the grace of God every time I share my messy life story.

Don't get me wrong. Marami pa rin akong kinatatakutan sa buhay ko. Kaya lang di 'ba, If God is with us, who can be against us? Hinaharap ko lang sila sa araw-araw na may takot pa rin. After all, **courage is still fear that already said its prayer.**

Ikaw, what is your greatest fear?

INHIBITED FROM SEXUAL ACTIVITIES

The love of my life is the father of my children. Unfortunately, he is also wrong for me. He is the same guy I was with since my teenage years.

When I had my Myomectomy, bago ako mawalan ng malay sa operating table, I talked to God again. I said, "Lord, pagkagising ko at buhay pa ako, ibibigay ko na sa Iyo ang bagay na hirap na hirap akong isuko sa Iyo."

I surrendered the love of my life to God. We are still partners in raising our kids, but we are no longer living like husband and wife. When I surrendered him to God, I found my bestfriend in him. Siya rin, sinuko niya rin ang buhay niya kay God.

See, minsan hindi naman hinihingi ni God ang lahat-lahat sa iyo. Sinusubukan lang Niya kung kaya mong buksan ang palad mo para magbigay, pero ang ending ay hindi naman din Niya kinukuha.

I still pray and hope that someday maikasal ako, pero hindi na ako ang magtatrabaho para dun. Bahala na si God. Basta ako, may asawa o wala, masaya na ako na may Diyos na nagmamahal sa akin.

Live as if you will die tomorrow and **LEARN AS IF YOU WILL LIVE FOREVER.** Ito ang naging mantra ko when I decided to walk with God. He gave me so much hunger for new knowledge, learnings, and experiences that I don't have much energy to have mental breakdowns, kasi sobrang on the mission and purpose mode ang utak ko.

The learnings are nothing spectacular, mga mumunting bagay lang. I started challenging myself to learn something new every year. Una muna pananahi ng sarili kong damit, tapos pagtugtog ng gitara, accounting, video-editing, public speaking, boxing, zumbike, basic cosmetology, baking, cooking, at kung anu-anong crazy ideas na pumapasok sa utak ko.

Akalain mo, sa edad at posisyon kong ito, bumalik ako ng college para lang mag-aral ng Psychology. Wala lang, marami lang akong gustong matutunan pa sa buhay-buhay.

During the 20th century, specialization is a must. Dapat may isang career focus ka lang. In 21st century naman, being jack of all trades is a must dahil mapag-iiwanan ka kapag limited lang ang kaya mong gawin.

I interviewed applicants a long time ago. One is with a college degree in programming, and one is with a vocational degree. The latter listed arts and crafts, carpentry works, digital editing, and contributing to open source and freeware apps community in his list of other things that he can do. On top of these, mayroon pa siyang active Youtube account with around ten thousand subscribers. He just showcases his various talents in singing and dancing in all his funny videos.

The degree holder had only one thing to offer me: his programming skills. I hired the other guy and true enough, I maximized his potentials for the benefit of the company. He is no longer working for me because of lots of opportunities that opened for him, there's no bitterness. We are proud because product pa rin siya ng school namin.

Flex ko lang. My daughter Henri who is the illustrator of this book is taking up a college degree in Digital Graphics, and a degree in Fashion Design at the same time. At 19 years old, she's also a marketing illustrator and designer ng isang malaking company na distributor ng mga construction materials via online shopping. She also made and designed a souvenir yearbook for the UP Alumni '69, accepted sewing jobs for cosplayers' get-ups and school uniforms, from which she earned a remarkable amount of money. Kaya nakabili siya ng sarili niyang drawing tablet na ginagamit ng mga professional animators at high-speed sewing machine without me spending a single centavo to help her. Nakapundar din siya ng sarili niyang Apple Mcbook at DSLR high definition camera. She's one of those Gen Z's jack of all trades but master of none (yet). As her mother, I'm very proud of her accomplishments at such a young age.

An idle mind is the devil's workshop. Make your own workshop and the devil flees. Ikaw, if you have all the money in the world, what one thing that will give you new knowledge are you going to spend your money on?__________________

⟩ENLIGHTEN OTHERS⟨ I feel that people can only trust me with their stories kapag naramdaman nilang nagtiwala rin ako para ibigay ang kwento ko sa kanila. Nakakahiya man ang kwento ko, alam kong mayroon naman itong kwenta. My trauma somehow helps people who listen to me, deal with theirs.

I remember when I talked about my abortion. After my talk, one of the students waited for me outside my office. Bigla niya akong niyakap tsaka siya umiyak. This was a 17-year-old girl and she whispered, "Maám, ako rin po nag-pa-abort, salamat po sa kwento ninyo maám, may kapatawaran pala ang ginawa ko."

I told you. You are worth opening my scars to bleed over and over again because it is not just you who are enlightened, but me too.

I will never be perfect though, but I feel complete. I am broken but I am also beautiful. My life is not over because God is not done with me yet. As such, I continue to live my life as God wants me to be in hopes that my journey contributes with the lives of others as well, including yours.

DEDICATE ALL MY DECISION-MAKINGS TO GOD

We often blame God when bad things happen in our lives. Hindi lang masabi ni God, "Bakit? Nung ginagawa mo ba yang pakikipag-sex sa lalaking may asawa, nagpaalam ka ba sa akin? Tapos ngayon na pumalpak at nasaktan ka ako ang sisisihin mo at sasabihing, "Bakit hinayaan ng Diyos na mangyari sa akin ito huhuhu?!?!"

I realized that everything I went through in my life were byproducts of all my decision-makings. Kaya yun, para hindi ako malito sa mga decisions ko, kahit simple, dinadaan ko muna sa dasal at pagpapaalam sa Kaniya. Ang galing! Kasi circumstances, people, and even emotions align together kapag tama ang gagawin ko. Pero kapag ayaw ni God, ang daming palpak na nangyayari prior to me finalizing my actions and decisions. Kapag ganun, 'lam na dis! Hindi gusto ni God na gawin ko ang bagay na yun. Sa ganitong paraan, lagi kong kasama si God sa mga diskarte ko sa buhay.

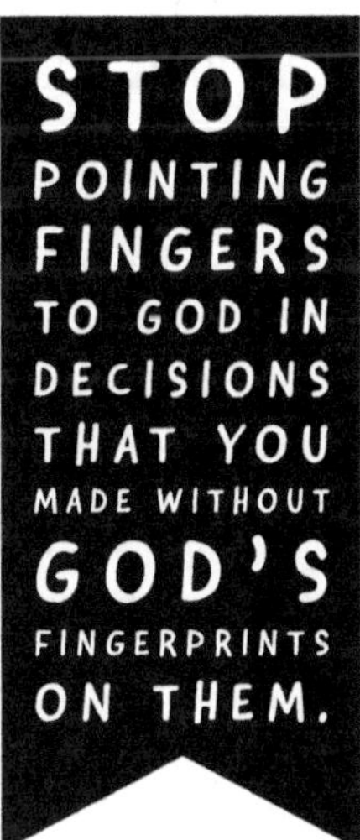

Para sa akin, ang pitong mumunting desisyon kong ito ang naging dahilan kung bakit School President ako ngayon. Siguro kapalit ng nawala kong babies, binigyan ako ni God ng school na punong-puno ng teenagers para maging anak ko everyday. Sila ang mission ko sa buhay. Dahil kung noong teenager ako eh mayroon ding naggabay sa akin gaya ng gusto kong gawing paggabay sa kanila, hindi sana ako naging masyadong aggressive sa mga decisions ko. Pero syempre tapos na yun. Moving on na ako sa buhay ko, trying to use my life to help others in theirs.

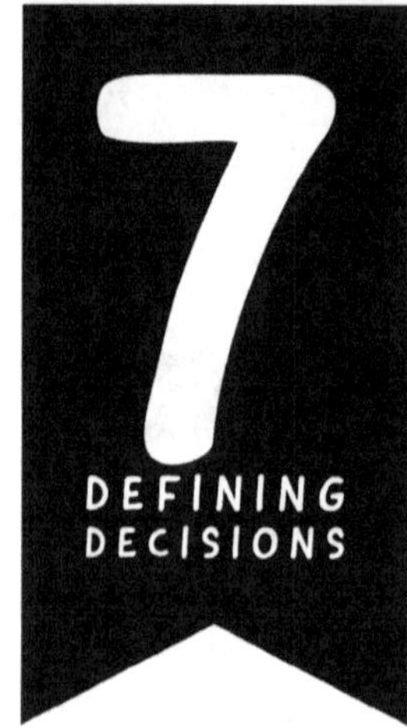

Oh, ikaw naman!

1.___________________________

2.___________________________

3.___________________________

4.___________________________

5.___________________________

6.___________________________

7.___________________________

Our 10-7-5 exercise will never be complete without the five pivotal people in your life. They may have affected your life in a negative or positive way, basta sila  yung limang taong hinding-hindi mo makakalimutan sa journey mo.

Let me share mine using the acronym of the word **PIVOT**.

Problematic Parents

In fairness, they taught me about God although the way they lived their lives made me resent God as well. Sinira nila ang buhay ko. Halos lahat ng traumatic experiences ko galing sa kanila, pero mahal ko pa rin sila. The pain they caused my life also made me found God again. God gave them to me for a reason. Di ba INTENTIONAL nga si God sa pagbibigay Niya sa atin ng mga taong karelasyon natin (good or bad)? Posible na nasira rin ang buhay nila dahil sa akin. Kung hindi ako dumating bilang illegitimate child nila, hindi masisira ang pamilyang mayroon sila. Kung anuman ang nangyari sa amin when we were together, tapos na yun. Para sakin, magulang ko pa rin sila. They tried their best and I thank them with all my heart for it.

Ideal Partner

Wala akong Prince Charming, mala fairy tale, at Korean series na love story, but I can say that God gave me an ideal partner.

Kung hindi dumating sa buhay ko ang father ng mga anak ko, malamang napakarami ko nang iba't ibang lalaking pinatulan sa loob ng kulungan. Uhaw na uhaw ako sa love eh, pero binigay siya ni God sa akin kahit mali ang circumstances for a reason. Kaya nung binawi na siya ni God sa akin, binigay ko kahit mahirap, kasi hindi na ako uhaw na uhaw sa pagmamahal ng lalaki. Mayroon na kasi akong love ni God, unconditional at everlasting pa, which sustains me everyday of my life.

Ngayon, ideal partner ko siya sa pagpapalaki ng mga anak namin. My love for him evolved one step higher than just being romantic.   He is my bestfriend.

Valuable children

No explanations necessary. Kahit sinong magulang alam kung gaano kahalaga ang kanilang mga anak.

I call my kids "glimpses of God." Yung tipong kapag natutulog sila at pinagmamasdan ko, nai-imagine ko na kapag natutulog ako ch pinagmamasdan din ako ni God. Yung nararamdaman ko sa puso ko sa tuwing nakikita ko ang mga anak ko ay katulad ng nararamdaman ni God sa akin kapag nakikita Niya ako.

Such love surpasses all understanding. Ito yung love na pwede mong ibigay pati buhay mo para lang sa kabutihan nila. Ito ang nararamdaman ko sa mga anak ko at alam kong ito rin ang nararamdamang love ni God para sa akin.

I ask God every night kapag nagpe-pray ako, "Lord did I make you smile today?" Then I imagine Him saying "Yes, Amy, Yes!" It's the same feeling I have for my kids. They make me proud every day! Ganito ako napapasaya at napapangiti ng mga anak ko.

One and only boss

Siya yung taong nakakita ng potential ko. Yung taong binigay ni God sa akin bilang mentor ko kasi wala akong nakuhang mentorship sa nanay ko.

Ang boss ko ang nagtiwala sa akin na i-promote ako bilang kapalit niya as School President kahit alam niya ang background ko. Minahal niya ako na parang anak at sobrang laki ng pasasalamat ko sa kaniya dahil sa pumayag siya na gamitin siya ni God para i-touch ang buhay ko.

She will always be my rich ma'am dahil sa super rich life principles na itinuro niya sa akin.

The readers of this book

Congratulations, ang tyaga mo! Oo, ikaw na nagbabasa ng book na ito. Hindi ko alam kung anong pwersa ang nagtulak sa iyo para tyagaing basahin ang libro na ito na isinulat ng amateur na writer na kagaya ko. Mabuti o masama man ang intensyon mo for reading this book, I want you to know na isa ka rin sa pinaka-importanteng tao sa buhay ko. Kasi kung wala ka na makikinig sa mga kabaliwan kong ideas, turo, at kwento, hindi ko mafu-fulfill ang misyon ko kay God na i-share Siya sa iyo. Sana magkaroon ka rin ng puwang sa puso mo para papasukin si God at pakinggan ang Salita Niya. Promise, kapag ginawa mo yun, hinding-hindi ka magsisisi.

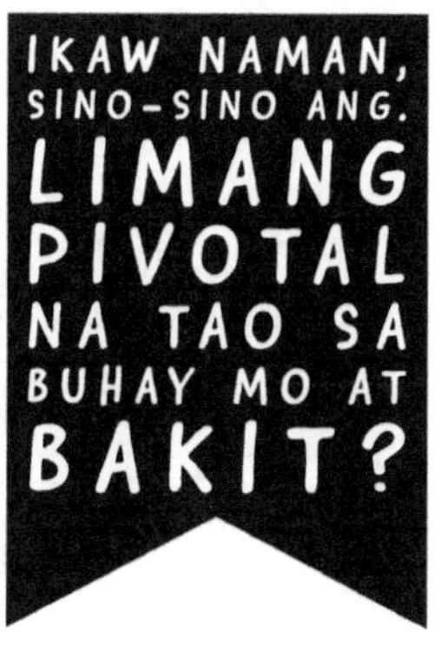

1. ______________________________

2. ______________________________

3. ______________________________

4. ______________________________

5. ______________________________

With all of the things discussed in the previous pages of this book, do I still suffer mental breakdowns? Believe it or not, YES! Tao pa rin ako, natatakot, nalulungkot, nagagalit, nagiging impulsive, at nagiging obsessive compulsive at times. When all else fails, the Spiritual process towards healing myself always works, through the 4Ps that I keep in mind all the time.

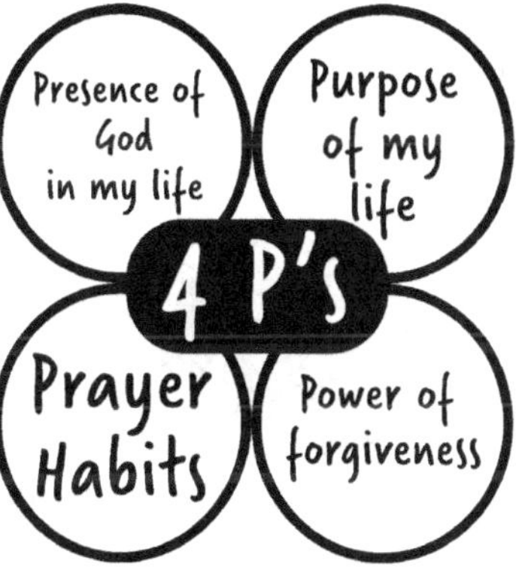

This more or less summarizes the spiritual process on how to heal yourself when your mental breakdowns are persisting.

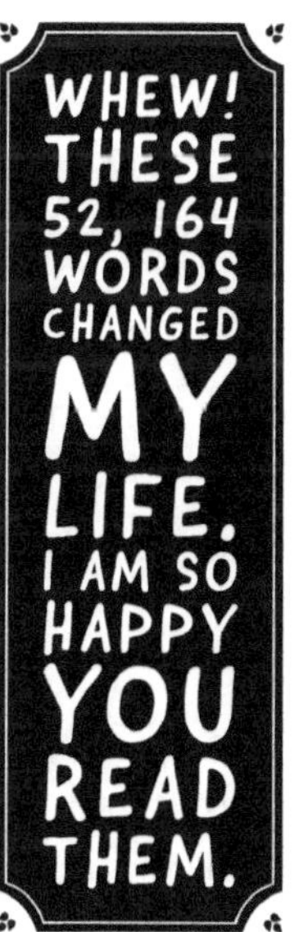

It takes a special kind of person to read books nowadays. Some prefer digital books, others, like my son, read only subtitles of his favorite anime series, and most like to read only social media rants and senseless comments.

As I end, remember your five predominant negative emotions: sadness, fear, anger, impulsiveness, and obsession. Always name them as you feel them. Identify the stress and stressors that bring such emotion in you, and finally use the BioPsychoSocialSpiritual Process as your initial DIY first aid towards healing yourself.

Truly, we can change our brain and in the process, we can change our lives for the better.

Most importantly, GOD uses BALIW people. So when others say, "Baliw ka talaga!", sagutin mo. "Oo, baliw ako, pero dakila naman!"

Please allow me to end this book with a simple prayer uttered by a broken spirit and a contrite heart.

Panginoon, maraming salamat po. Wala pong aksidente. Marahil dinala mo sa akin ang aklat na ito dahil mayroon kang gustong sabihin sa akin. Salamat dahil hindi ka tumitigil na katukin ang puso ko kahit hindi ako nakikinig sa Iyo. You may have used this book to reach my heart.

Ang totoo Lord, ang hirap makipag-usap at makinig sa Iyo at times. Ang totoo, ayaw Kitang kausap. Hindi kasi Kita kilala masyado at ayaw ko ring mag-effort na makilala Ka.

This book challenges me somehow na subukan. Susubukan kong magtiwala at manampalataya sa Iyo. Ang hirap kasi tanggapin na ang kaligtasan ay libre kong makukuha through Your Grace. I want to pay for the wages of my sins dahil hindi ko deserve ang libre lang. Pero ganito Ka magmahal, ibibigay mo ang lahat pati buhay ng Anak mo para lang bayaran ang mga kasalanan ko.

Magkaganun man, I can never outgive or outpay you. My sins are so great that no amount of good deeds and efforts can make me pay for all of it. Kaya this time, susubukan kong sumugal. Isusugal ko ang puso at kaluluwa ko sa Iyo.

Today, I want to confess that I am a sinner. Marami akong maiitim na gawain at secrets na itinago sa marami sa matagal na panahon, pero alam kong hindi ko ito maitatago sa Iyo. I am living a double life. I'm also tired. So Lord, please accept my broken heart, forgive me Lord. Enter my heart and fix it for Your purpose and glory. From this day forward my life is in Your hands.

My journey ahead will be tough after accepting you as my Lord and Saviour, pero basta't kasama Kita sa mga susunod na lakbayin ng buhay ko, hindi na ako matatakot pa.

Lahat ng ito ay panalangin ko sa matamis Mong pangalan, aming AMA. Amen and Amen.

Note: Please hug someone and share the love you are feeling after reading this book :-)

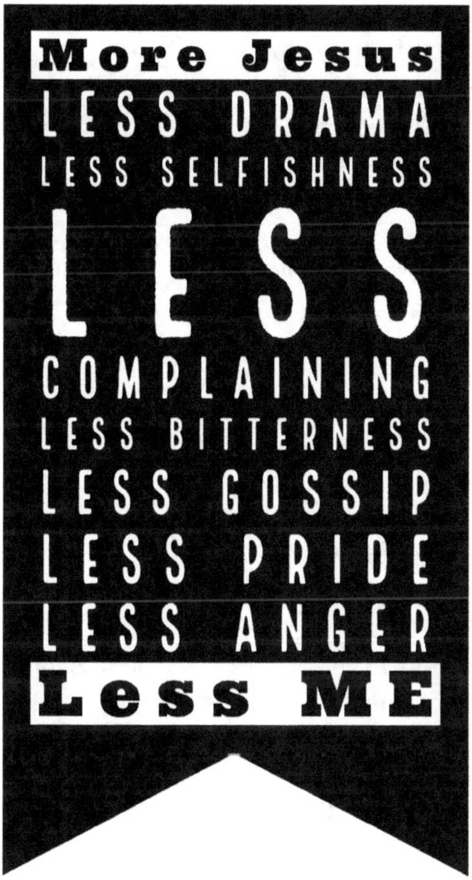

P.S. Hope to share a hug with ym when it's safe to meet face-to-face. Lakbutarum

TO GOD BE THE GLORY!
GOD BLESS US ALL!

REFERENCES

1. https://www.youtube.com/watch?v=Z72x7JWzetE
2. https://www.rappler.com/entertainment/news/184381-joey-de-leon-draws-flak-netizens-mental-health-depression-statement
3. (Source: https://news.mb.com.ph/2018/06/21/duterte-signs-mentalhealth-act/)
4. (source: https://news.abs-cbn.com/life/06/22/18/alamin-saklaw-ng-philippine-mental-health-law
5. https://news.mb.com.ph/2018/09/19/deped-doh-to-address-teacher-suicides/
6. https://www.genealogytoday.com/columns/everyday/020305.html
7. https://genhq.com/faq-info-about-generations/
8. https://afsp.org/about-suicide/suicide-statistics/
9. https://edition.cnn.com/videos/bestoftv/2014/08/13/exp-erin-intvamen-robin-williams-addition-brain-scans.cnn
10. https://conquerseries.com/this-is-your-brain-on-porn/brain-on-porn/
11. https://www.promises.com/blog/digital-addiction-this-is-your-brainonline/
12. https://www.psychologytoday.com/us/blog/the-shrinktank/201002/depression-in-the-digital-world
13. https://www.nytimes.com/2019/09/29/business/forever-21bankruptcy.html
14. https://www.5lovelanguages.com/
15. https://www.elitereaders.com/marie-hyld-lifeconstruction-picturesintimate-strangers-tinder/
16. Matthew 10:21-23
17. Matthew 11:28-30
18. https://www.youtube.com/watch?v=NS1uoqCZ3o0
19. https://www.merriam-webster.com/dictionary/stress
20. https://dictionary.cambridge.org/us/dictionary/english/stressor
21. https://www.mirecc.va.gov/cihvisn2/Documents/Patient_Education_Handouts/Stress_Response_a nd_How_It_Can_Affect_You_Version_3.pdf
22. https://www.youtube.com/watch?v=Z9jnQdmllMI
23. https://en.wikipedia.org/wiki/Mental_disorder
24. http://www.dbsasgv.org/
25. https://stylecaster.com/willow-smith-self-harm-cut-wrists/

26. https://medium.com/@michaellaitman/what-did-kate-spade-anthonybourdain-have-in-common-fbd4410e2df6 224
27. Change your brain, change your life, Dr. Daniel Amen
28. https://www.psychologytoday.com/us/blog/am-i-right/201401/whenare-you-dead-brain-vs-heart
29. https://www.nih.gov/news-events/nih-research-matters/commongenetic-factors-found-5-mental-disorders
30. https://www.youtube.com/watch?v=KMAaifVJKC8
31. http://theconversation.com/the-emotion-centre-is-the-oldest-part-ofthe-human-brain-why-is-mood-so-important-63324
32. https://health.howstuffworks.com/mental-health/human-nature/perception/smell3.htm
33. https://www.thefreedictionary.com/Helsinki+syndrome
34. https://psychology.stackexchange.com/questions/767/differencebetween-instinct-and-intuition
35. https://dt4m.wordpress.com/2012/11/30/age-25-and-the-male-brain/
36. https://mentalhealthdaily.com/2015/07/24/what-is-cognitiveflexibility/
37. https://www.lucisphilippines.press/2019/10/are-there-lost-souls-roaming-around-sm-north.html?fbclid=IwAR3mhIOLYvzZq_D9mKn2AKLtEmGEKyyQYw Z3uajVA9Vqy-lb4haK1O0lWyE
38. https://www.verywellmind.com/what-is-cognitive-behavior-therapy-2795747
39. https://www.medicalnewstoday.com/articles/251803.php/sexaddiction
40. https://en.wikipedia.org/wiki/Mark_Salling
41. http://anthemofhope.org/blog/2016/8/9/god-uses-broken-people
42. https://www.webmd.com/depression/postpartum-depression/features/brooke-shields-depression-struggle#
43. https://www.livescience.com/3186-brain-food-eat-smart.html
44. https://www.isitbadforyou.com/questions/is-soy-sauce-bad-for-you
45. https://en.wikipedia.org/wiki/Daniel_Fast
46. http://www.meditationrelaxclub.com/how-meditation-will-keep-youyoung-forever/
47. https://www.youtube.com/results?search_query=brain+scan+when+ you+pray
48. https://www.dailytrendingfeed.com/entertainment/cherry-piepicache-emotionally-forgives-her-moms-killer/
49. https://time.com/3912258/cats-parasite-mental-illness/